聞いて覚える日本語単語帳

キクタン
日本語

【日本語能力試験 N2】

はじめに
Preface／前言／Lời mở đầu

「キクタン日本語」とは

単語を聞いて覚える〝「聞く」単語集〟、すなわち「キクタン」

「キクタン」シリーズは、アルクの英単語学習のベストセラー教材です。楽しいチャンツ音楽のリズムに合わせて、「♪人間→ human →人間♪」というふうに、学習語彙が「日本語→ 英語／中国語／ベトナム語 →日本語」の順に流れます。本書は、日本語能力試験対策用の単語集に、この「キクタン」の要素を取り入れた、『キクタン日本語』です。

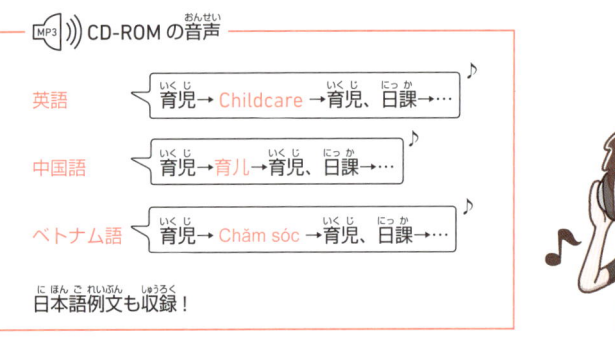

日本語例文も収録！

N2必須単語を厳選

日本語能力試験の過去問題と、日本語能力試験の語彙選定の基礎データにも使われている NTT データ（三省堂）など、複数のコーパスを基に、N2 レベルの語彙を厳選しました。また、過去試験での頻出度が高い語彙には★マークを付けました。

※本書に付属のディスクは、MP3 ファイルを収録した CD-ROM です。MP3 が再生できる機器でお聞きください。
The CD-ROM that accompanies this book contains MP3 files. Please use a device that can play MP3 files.／本书附带的光碟是收录了 MP3 格式文件的 CD-ROM。播放时请使用可支持 MP3 格式的播放器。／Đĩa đi kèm theo cuốn sách này là đĩa CD-ROM ghi âm các tập tin MP3. Xin vui lòng sử dụng các thiết bị nghe MP3.

About Kikutan Nihongo

"Kikutan" refers to listening (kiku) in order to learn words (tango)

Published by ALC, the Kikutan series is a best-selling series of materials for learning English words. Word pronunciations are given in a "♪ Japanese word --> English word --> Japanese word ♪" flow, for example "Ikuji --> Childcare --> Ikuji" — in time with a fun chant music rhythm. This book, Kikutan Nihongo, incorporates this Kikutan method to help students learn words that appear on the Japanese Language Proficiency Test (JLPT).

Specially-Selected Vocabulary Needed to Pass N2 Level

We have carefully chosen N2 level vocabulary based on past Japanese Language Proficiency Tests and multiple reference materials, including the NTT Database Series (published by Sanseido), which is referenced by Japanese Language Proficiency Test creators when choosing the vocabulary that appears on tests. A ♠ mark has been placed next to terms that have appeared frequently on past tests.

《キクタン日本语》是

通过耳朵记单词的"有声词汇书",也就是"キクタン"

"キクタン"系列是 ALC 英语单词学习的最畅销教材。随着欢快的吟唱音乐节奏,单词以"♪育児→ 育儿 →育児♪"这种"日语→ 中文 →日语"的顺序流入学习者的耳中。本书是在日本语能力测试(JLPT)备考用的词汇书中导入了"キクタン"要素的《キクタン日本语》。

严选 N2 必备单词

以日本语能力测试的历届试题、及作为日本语能力测试词汇选择基础数据的 NTT 数据(三省堂)等多个词库为基础,严选出 N2 等级的词汇,并在历届考试中出现频率较高的词汇上加了♠标记。

"Kikutan tiếng Nhật" là gì

"Kikutan" nói cách khác chính là "bộ từ điển (nghe)", nghe để nhớ

"Kikutan" series là giáo trình best seller học từ vựng tiếng anh của AlC. Bằng cách kết hợp với nhịp điệu âm nhạc vui tươi, các từ cần học sẽ được phát âm theo thứ tự "Tiếng Nhật -> Tiếng Việt -> Tiếng Nhật", ví dụ như ♪ Ikuji -> Chăm sóc -> Ikuji ♪". Cuốn sách này là cuốn "Kikutan tiếng Nhật", tổng hợp các từ vựng cần thiết cho kỳ thi năng lực tiếng Nhật (JLPT) và lồng ghép thêm yếu tố quan trọng "Kikutan".

Lựa chọn kỹ lưỡng các từ vựng N2 thiết yếu

Lựa chọn kỹ lưỡng từ vựng level N2 dựa trên nhiều nguồn tư liệu văn bản ví dụ như NTT Data (Sanseido) được sử dụng trong các đề thi năng lực tiếng Nhật từ trước đến nay và dữ liệu từ vựng cơ bản được lựa chọn trong kỳ thi năng lực tiếng Nhật. Ngoài ra, các từ thường xuất hiện trong các kỳ thi đã qua sẽ được đánh dấu ♠.

本書の使い方

ゼッタイに覚えられる！本書の4大特長

1 日本語能力試験対策にぴったり！
日本語能力試験 N2 レベルの単語を厳選。各課の CHECK TEST（テスト）は、本試験の出題形式に沿っています。

2 「耳」と「目」をフル活用して覚える！
付属の CD-ROM を使って、音楽のリズムに乗りながら、楽しく単語を「聞いて」学べます。

3 例文で使い方がわかる！
音声は、単語とは別に例文も収録。自然な文脈の中で単語を覚えられます。

4 1日16語、10週間のスケジュール学習！
1日の学習語彙を 16 語に抑えています。無理のないペースで学習を進められます。（16 単語 × 10 週間 ＝ 1120 語）

本書で使われる記号

- ⇆ 類義語
- ⇔ 対義語
- ㊣ 関連語
- ＊ コロケーション※1
- 名 名詞
- 動 動詞
- する する名詞※2
- 形 形容詞
- 副 副詞
- 接 接続詞
- 代 代名詞
- 連 連体詞
- 自 自動詞
- 他 他動詞
- Ⅰ 1グループ
- Ⅱ 2グループ
- Ⅲ 3グループ

- ・各単語のアクセントは、『NHK日本語発音アクセント新辞典』(NHK放送文化研究所)に掲載されているものから、代表的なものを選びました。
- ・各単語の意味や品詞は、本試験の頻出度と学習の効率性を基に、選択・分類しました。
- ・例文は、個々の単語のアクセントを強調せず、文として自然なイントネーションで読んだものを収録しました。

※1 ひとまとまりで使われるフレーズ
※2 「する」を付けると動詞になる名詞　例）合格(する)

単語・翻訳
単語の翻訳が複数ある場合は、例文上の意味に限定しました

単語番号

1日（Day）の学習量は
2ページ（単語16語）です

単語は、「チャンツ音楽」のリズムに合わせて、
「♪日本語→英語／中国語／ベトナム語→日本語♪」
の順に収録されています

音声ファイル名
Dayごとの音声ファイル名です（day01～day70）
ファイルは、day01、day02、day03…のように、
16語ずつに分かれています

品詞、テーマの両方で分類されています

Day 13　時間

Time / 时间 / Thời gian　🔊 day13

1 名詞
2 動きを表す名詞
3 形容詞
4 形容動詞
5 副詞
6 その他

□0193
紀元 きげん
anno domini ／ 公元 ／ Công nguyên
▶ 紀元前 (before the common era ／ 公元前 ／ Trước Công nguyên)

日本と中国は、紀元１世紀ごろから交流があった。
Japan and China began relations with each other around anno domini 100.
日本和中国从１世纪起开始有交流。
Nhật Bản và Trung Quốc đã có sự giao lưu từ thế kỉ thứ nhất sau công nguyên.

□0194
西暦 せいれき
Gregorian calendar ／ 公历 ／ Dương lịch

平成２７年は西暦で2015年です。
Heisei 27 is the year 2015 on the Gregorian calendar.
平成27年是公历2015年。
Năm Bình Thành thứ 27 là năm Dương lịch 2015.

□0195
•**きっかけ** きっかけ
motivation ／ 契机 ／ Dịp
▶ 契機 (opportunity ／ 契机 ／ Thời cơ)

子どもが生まれたのをきっかけに、家を買った。
Having a child was our motivation for buying a home.
以孩子出生为契机购买了房子。
Nhân dịp sinh con nên chúng tôi đã mua nhà.

□0196
•**契機** けいき
opportunity ／ 契机 ／ Thời cơ
▶ きっかけ (motivation ／ 契机 ／ Dịp)

オリンピックを　　に、経済が活性化するかもしれない。
Using the Olympics as an　　will likely stimulate the economy.
以奥林匹克为　　经济可能会活跃。
Do thời cơ là có Olympic nên nền kinh tế trở nên sôi động hơn.

□0197
近代 きんだい
modern age ／ 近代 ／ Cận đại
▶ 現代 (nowadays ／ 现代 ／ Hiện đại)

近代は科学技術が発展した。
Scientific technology has seen great progress in the modern age.
近代科学技术得到了发展。
Khoa học kĩ thuật đã phát triển từ thời cận đại.

□0198
原始 げんし
primitive ／ 原始 ／ Nguyên thủy
▶ 原始的 (primitive ／ 原始的 ／ Có tính nguyên thủy)

この生き物は、　　の時代から姿がほとんど変わっていないそうだ。
They say this organism has barely changed shape at all since primitive times.
据说这种生物从　　时代到现在样子几乎都没有变化。
Sinh vật sống này hình như có hình dáng hầu như không thay đổi kể từ thời kì nguyên thủy tới nay.

□0199
過程 かてい
process ／ 过程 ／ Quá trình

子どもは成長の　　で周りの影響を受ける。
Children are influenced by others in the process of growing up.
孩子在成长的　　中会受到周围的影响。
Trẻ nhỏ sẽ tiếp nhận ảnh hưởng từ xung quanh trong quá trình trưởng thành.

□0200
•**最中** さいちゅう
while ／ 正在……时候 ／ Trong khi

食事の　　にテレビを見るのは、良くない。
It's not good to watch TV while eating.
正在吃饭的　　看电视是不好的。
Xem TV trong khi đang ăn là không tốt.

Quick Review　□谷　□地帯　□都道府県　□熱帯　□量　□平地　□陸地　□列島

Quick Review
前ページで学習した単語が復習できます

関係のある語彙やフレーズをあわせて覚えられます。🔄 対義語、🔗 関連語、＊コロケーションには翻訳が付いています

試験頻出単語マーク

アクセント

チェックシート
赤い文字はシートで隠せるので、復習に使えます

How to Use This Book

Guaranteed to learn!
This book's 4 key features

1 | An excellent means of JLPT test prep!
Vocabulary has been specially selected for those taking the N2 level test. The Check Tests in every section follow the format of problems that appear on the actual JLPT.

2 | Really use your eyes and ears to learn!
Use the included CD-ROM and feel the rhythm of the music to listen to and learn words in a fun way.

3 | Learn how to use the words through example sentences!
Spoken example sentences are provided separately from each vocabulary word. Learn words in natural contexts.

4 | Learn 16 words a day following a 10-week schedule!
Learn at a pace you can manage — just 16 words a day.
(16 words x 10 weeks = 1,120 words)

Symbols used in this book

- 与 synonyms
- ⇔ antonyms
- 関 associated words
- * collocations[※1]
- 名 noun
- 動 verb
- する する noun[※2]
- 形 adjective
- 副 adverb
- 接 conjunction
- 代 pronoun
- 連 pre-noun adjectival
- 自 intransitive verb
- 他 transitive verb
- Ⅰ Group 1
- Ⅱ Group 2
- Ⅲ Group 3

* The accents on each word are representative examples from *Japanese Language Pronunciation and Accent Dictionary*, New Edition, published by NHK (Japan Broadcasting Corporation).

* Word meanings and parts of speech have been selected and categorized according to the frequency with which they appear on the JLPT and for learning efficiency purposes.

* Example sentences have been recorded using natural intonation and without emphasis on the accents of individual words.

※1 Phrases with words that co-occur frequently
※2 Nouns that become verbs by adding "する"
　　e.g. 合格 (する)

- Word and Translation
  When there are multiple translations for a word, only the meaning used in the example sentence is provided

- Word number

1 day of study consists of two pages (16 words)

Word pronunciations are given in a "♪Japanese word --> English word --> Japanese word♪" flow in time with a chant music rhythm.

- Speech file name
  Speech file names for each day (day 01 through day 70)
  Files are named day01, day02, day03 etc., with each containing 16 words.

Categorized by both part of speech and subject

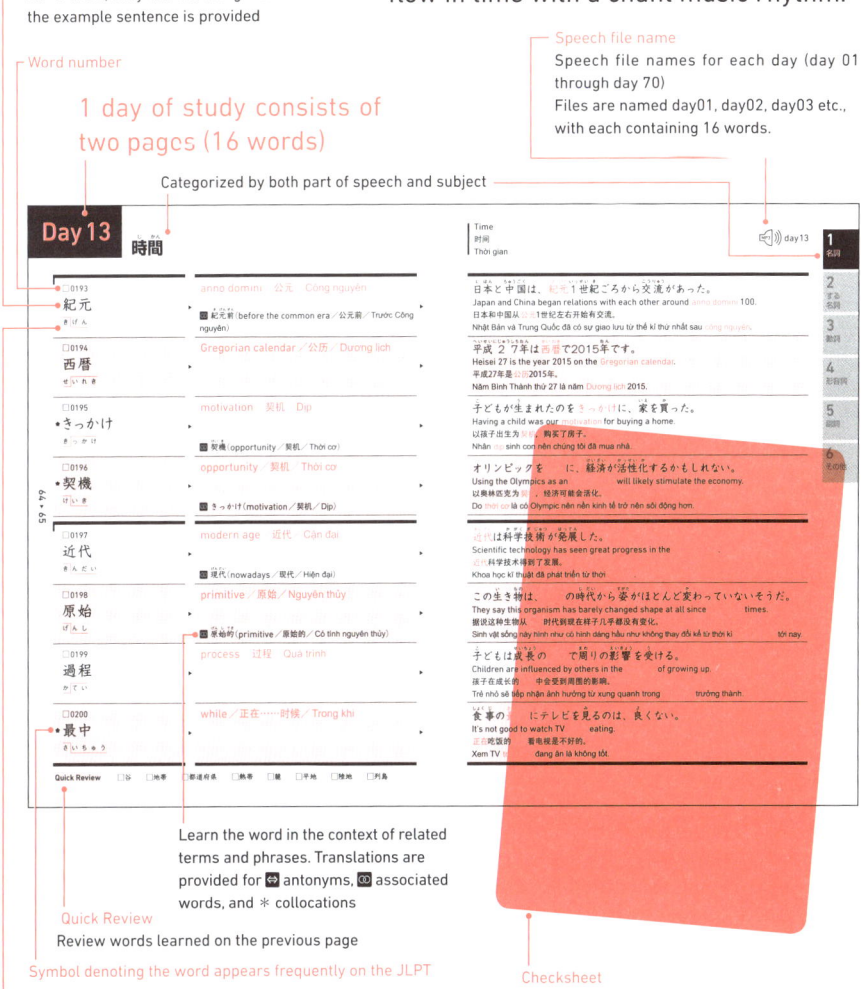

Learn the word in the context of related terms and phrases. Translations are provided for ⇔ antonyms, ≒ associated words, and ＊ collocations

- Quick Review
  Review words learned on the previous page

- Symbol denoting the word appears frequently on the JLPT

- Accent

- Checksheet
  Use as a review tool, covering up red words with the colored overlay

本书的使用方法

定能牢记!
本书的4大特点

1 切合日本语能力测试(JLPT)备考需要!
严选而出的日本语能力测试N2等级单词。每课的CHECK TEST(测试)均采用本测试的出题形式。

2 充分调用"耳"与"眼"进行记忆!
使用附带的CD-ROM,伴随音乐,快乐地"听"学单词。

3 通过例句明白用法!
声音除了单词以外还收录了例句。您可以在自然的文脉中记住单词。

4 1 天16个单词, 10周的学习计划!
将 1 天所学习的词汇量控制为16个, 让您以合理轻松的步调进行学习。
(16个单词×10周＝1120个单词)

本书中的标记

- ≒ 近义词
- ⇔ 反义词
- ⓒⓓ 关联词
- ＊ 惯用语[※1]
- 名 名词
- 動 动词
- する する名词[※2]
- 形 形容词
- 副 副词
- 接 接续词
- 代 代名词
- 連 连体词
- 自 自动词
- 他 他动词
- Ⅰ 1组
- Ⅱ 2组
- Ⅲ 3组

＊各单词的声调是从《NHK日本語発音アクセント新辞典》中选出的代表性声调。
＊各单词的意思和词性根据本测试的出现频率和学习的效率进行了选择和分类。
＊收录的例句, 没有强调各个单词的声调, 而是以自然的语调朗读的。

※1 习用的固定词组
※2 加上"する"后变成动词的名词　例)合格(する)

- 单词和词义
  单词有多个词义时，限定取例句中的词义

- 单词的编号

  1天（Day）的学习量为2页
  （16个单词）

单词根据"吟唱音乐"的节奏，按照
"♪日语→ 中文 →日语♪"的顺序进行收录

- 声音文件名
  以各Day进行命名（day01～day70）
  文件以day01、day02、day03……的形式，
  每16个单词分为一个文件

根据词性和主题进行分类

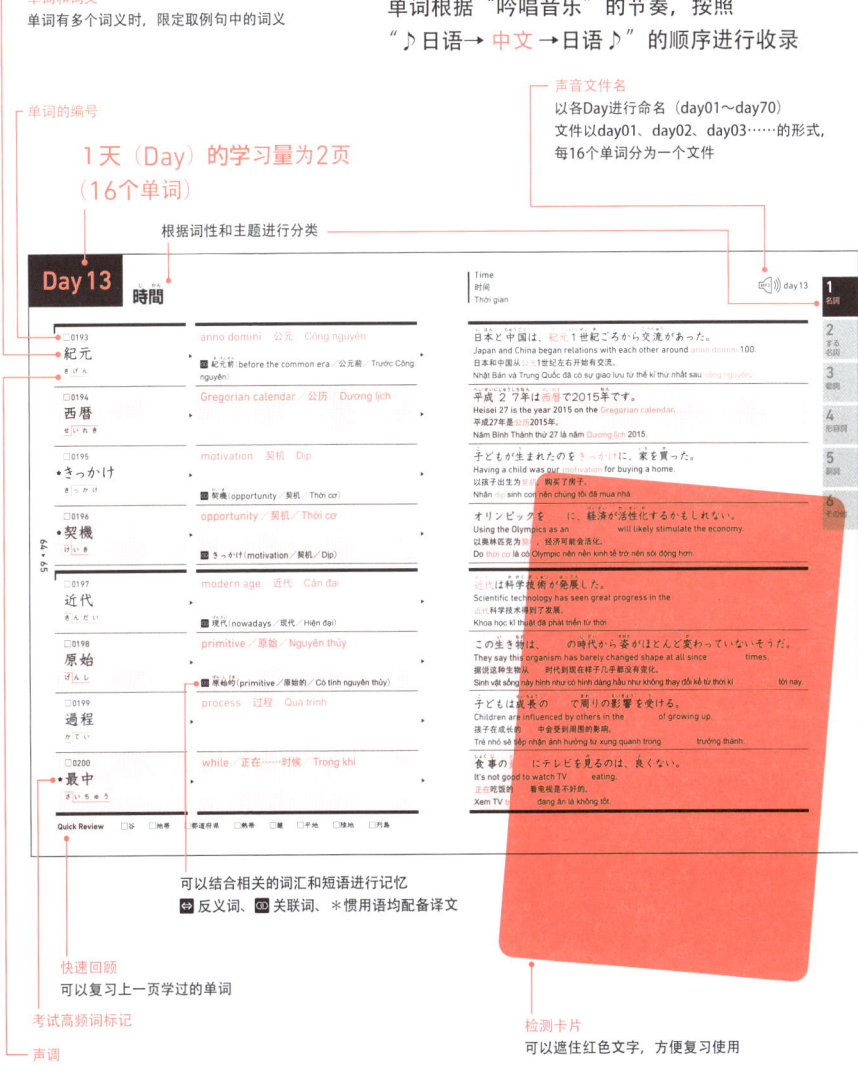

可以结合相关的词汇和短语进行记忆
⇔反义词、关联词、＊惯用语均配备译文

- 快速回顾
  可以复习上一页学过的单词

- 考试高频词标记

- 声调

- 检测卡片
  可以遮住红色文字，方便复习使用

Cách sử dụng

Chắc chắn sẽ nhớ!
4 ưu điểm nổi bật của cuốn sách này

1 Sự lựa chọn hoàn hảo để ôn thi năng lực tiếng Nhật (JLPT)!
Lựa chọn kỹ lưỡng từ ngữ level N2 của kỳ thi năng lực tiếng Nhật. Các bài CHECK TEST (kiểm tra) tại mỗi phần được dựa theo hình thức ra đề của kỳ thi thực tế.

2 Phát huy tối đa "tai" và "mắt" để nhớ từ!
Sử dụng CD-ROM đi kèm, phối hợp nhịp điệu âm nhạc để "nghe" và học từ một cách hào hứng.

3 Hiểu từ thông qua cách sử dụng trong câu mẫu!
Ghi âm cả từ và câu mẫu. Có thể nhớ được từ trong văn cảnh tự nhiên.

4 16 từ 1 ngày, lịch học tập trong 10 tuần!
Lên kế hoạch học 16 từ 1 ngày. Học tiến triển với tốc độ hợp lý.
(16 từ x 10 tuần = 1120 từ)

Các ký hiệu được sử dụng trong cuốn sách này

- 含 từ đồng nghĩa
- ⇔ từ trái nghĩa
- ⓞ từ liên quan
- ＊ Cụm từ thường dùng[※1]
- 名 danh từ
- 動 động từ
- する danh động từ[※2]
- 形 tính từ
- 副 phó từ
- 接 liên từ
- 代 đại từ
- 連 liên thể từ
- 自 tự động từ
- 他 tha động từ
- Ⅰ nhóm 1
- Ⅱ nhóm 2
- Ⅲ nhóm 3

＊Trọng âm các từ được chọn ra dựa theo từ đại diện đăng tải trên "Tân từ điển trọng âm tiếng Nhật NHK".

＊Ý nghĩa và từ loại được lựa chọn và phân loại dựa trên mức độ xuất hiện thường xuyên trong kỳ thi thật và việc nâng cao hiệu suất học.

＊Câu mẫu được ghi âm không nhấn mạnh vào ngữ điệu từng từ mà đọc theo ngữ điệu tự nhiên của câu.

※1 Cụm từ được sử dụng để thống nhất nội dung
※2 Danh từ sẽ chuyển thành động từ khi thêm [する]
    Ví dụ: 合格(する)

Bằng cách kết hợp với nhịp điệu âm nhạc vui tươi, các từ cần học được ghi âm theo thứ tự "♪ Tiếng Nhật -> Tiếng Việt -> Tiếng Nhật ♪"

Từ - Dịch nghĩa
Trường hợp có nhiều cách dịch nghĩa của từ, chỉ giới hạn nghĩa trong câu mẫu

Tên tập tin âm thanh
Là tên tập tin âm thanh cho mỗi ngày (ngày 01 ~ ngày 70)
Mỗi tập tin được chia gồm 16 chữ như day01, day02, day03...

Số thứ tự từ

Lượng từ cần học 1 ngày là 2 trang (16 từ)

Phân loại theo từ loại, chủ đề

Day 13 時間

0193 紀元 きげん	anno domini / 公元 / Công nguyên	日本と中国は、紀元1世紀ごろから交流があった。
0194 西暦 せいれき	Gregorian calendar / 公历 / Dương lịch	平成27年は西暦で2015年です。
0195 きっかけ	motivation / 契机 / Dịp	子どもが生まれたのをきっかけに、家を買った。
0196 契機 けいき	opportunity / 契机 / Thời cơ	オリンピックを契機に、経済が活性化するかもしれない。
0197 近代 きんだい	modern age / 近代 / Cận đại	近代は科学技術が発展した。
0198 原始 げんし	primitive / 原始 / Nguyên thủy	この生き物は、原始の時代から姿がほとんど変わっていないそうだ。
0199 過程 かてい	process / 过程 / Quá trình	子どもは成長の過程で周りの影響を受ける。
0200 最中 さいちゅう	while / 正在……时候 / Trong khi	食事の最中にテレビを見るのは、良くない。

Quick Review

Kết hợp với các từ, cụm từ liên quan để nhớ.
⇔ từ trái nghĩa, 🔵 từ liên quan, ＊ Cụm từ thường dùng đều có dịch nghĩa đi kèm.

Xem nhanh
Có thể ôn tập lại các từ đã học ở trang trước

Đánh dấu từ xuất hiện thường xuyên trong kỳ thi

Trọng âm

Bảng kiểm tra
Các chữ màu đỏ có thể bị che bởi bảng kiểm tra nên có thể ôn tập được

目次
Contents／目录／Mục lục

1 **名詞** Nouns／名词／Danh từ　15

2 **する名詞**
　　する nouns／する名词／Danh động từ　141

3 **動詞** Verbs／动词／Động từ　189

4 **形容詞** Adjectives／形容词／Tính từ　257

5 **副詞** Adverbs／副词／Trạng từ　289

6 **その他** Others／其他／Khác　313

各課の終わりに、CHECK TEST（テスト）が付いています。
A Check Test is provided at the end of every section.
各课末尾均附有CHECK TEST（测试）。
Vào cuối mỗi bài học sẽ có bài CHECK TEST (kiểm tra)

はじめに 2-3
Preface／前言／Lời mở đầu

本書の使い方 4-11
How to Use This Book
本书的使用方法
Cách sử dụng

付属CD-ROMの使い方 13-14
How to Use the Included CD-ROM
附属CD-ROM的使用方法
Cách sử dụng đĩa CD-ROM đi kèm

索引 319-327
Index／索引／Trích dẫn

CD-ROMの音声は、以下のウェブサイトからダウンロードできます。
The speech files on the CD-ROM can be downloaded from the following website.
CD-ROM的声音可以从以下网站下载。
Âm thanh của đĩa CD-ROM có thể được tải về từ trang web sau đây.

http://www.alc.co.jp/jpn/dl/7016071

※ダウンロードにはWi-Fi環境のご利用を推奨いたします。また、サービスの内容は、予告なく変更する場合がございます。

付属CD-ROMの使い方

音声ファイルの使い方
本書の音声はすべて付属のCD-ROMに収録されています。CD-ROMに収録されている音声は、パソコンや携帯音楽プレーヤーなどで再生が可能なMP3ファイル形式です。
※MP3が再生できる機器でお聞きください。

CD-ROMの中身
本書の学習に必要な音声が収録されています。
・**単語チャンツ** ― 言語ごとにフォルダで分かれています(英語、中国語、ベトナム語)
・**例文** ― 日本語のみ収録されています

CD-ROMをパソコンのCD/DVDドライブに入れ、iTunesなどでファイルを取り込んでご利用ください。その手順はCD-ROM内のReadMe.txtで説明しています。携帯音楽プレーヤーでの利用法やiTunes以外の再生ソフトを使った取り込み方法については、ソフトおよびプレーヤーに付属するマニュアルでご確認ください。

音声ファイルのタグ
出版社名(アーティスト名):ALC PRESS INC.
書名(アルバム名):Kikutan JLPT N2
トラック名(曲名):次のように曲名を設定しています。

```
Kikutan JLPT N2 ┬─ word(eng) ……… E_day01、E_day02、E_day03 …
                ├─ word(chi) ……… C_day01、C_day02、C_day03 …
                ├─ word(vie) ……… V_day01、V_day02、V_day03 …
                └─ sentence  ……… BUN_day01、BUN_day02、BUN_day03 …
```

How to Use the Included CD-ROM

Using the Speech Files
All speech content for this book can be found on the accompanying CD-ROM. The speech data recorded on the CD-ROM is in the MP3 file format. Please use a PC, mobile music player, or other such device to play the files.
※ Please use a device that can play MP3 files.

CD-ROM content
The CD-ROM contains all the speech content you need to study using this book.
- The word chants are provided in separate folders based on language
 (English, Chinese, and Vietnamese)
- Example sentences are provided in Japanese only

Place the CD-ROM into the CD/DVD drive of your PC and use a program such as iTunes to load and listen to the CD. This process is explained in the ReadMe.txt file included on the CD-ROM. For instructions regarding playing the CD using something other than a portable music player and iTunes, please refer to the manual that came with your software or music player.

Speech file tags
Publisher name (artist name): ALC PRESS INC.
Text name (album name): Kikutan JLPT N2
Track name (song name): Track naming has been done as shown below.

```
Kikutan JLPT N2 ┬─ word(eng) …… E_day01, E_day02, E_day03 …
                ├─ word(chi) …… C_day01, C_day02, C_day03 …
                ├─ word(vie) …… V_day01, V_day02, V_day03 …
                └─ sentence  …… BUN_day01, BUN_day02, BUN_day03 …
```

附属CD-ROM的使用方法

声音文件的使用方法

本书的声音全部收录于附属的CD-ROM中。CD-ROM中收录的声音是MP3格式的文件,可以使用电脑或随身听等进行播放。

※播放时请使用可支持MP3格式的播放器。

CD-ROM的内容

收录了本书学习所必须的声音。
- 单词吟唱 — 根据语言种类分别放在不同的文件夹中(英语、中文、越南语)
- 例句 — 仅收录日语

将CD-ROM放入电脑的CD/DVD光驱中,再使用iTunes等读取文件后使用。具体步骤说明请参考CD-ROM内的ReadMe.txt。随身听的使用方法、以及使用iTunes以外的播放软件的读取方法,请参考该软件及随身听附带的说明书。

声音文件的标记

出版社名(艺术家名):ALC PRESS INC.
书名(唱片名):Kikutan JLPT N2
音轨名(曲名):曲名设定如下。

```
Kikutan JLPT N2 ⋯ word(eng) ⋯⋯E_day01、E_day02、E_day03 ⋯
                   word(chi) ⋯⋯C_day01、C_day02、C_day03 ⋯
                   word(vie) ⋯⋯V_day01、V_day02、V_day03 ⋯
                   sentence  ⋯⋯BUN_day01、BUN_day02、BUN_day03 ⋯
```

Cách sử dụng đĩa CD-ROM đi kèm

Cách sử dụng file âm thanh

Âm thanh của quyển sách này được ghi âm lại toàn bộ trong đĩa CD-ROM. Các âm thanh được ghi âm lại trong đĩa CD-ROM là loại file MP3 đọc được bởi máy tính và máy nghe nhạc cầm tay.

※Xin vui lòng sử dụng các thiết bị nghe MP3.

Nội dung trong đĩa CD-ROM

Các âm thanh từ cần học trong cuốn sách này được ghi âm lại.
- Đọc từ: được phân vào các thư mục theo từng ngôn ngữ (tiếng Anh, tiếng Trung, tiếng Việt)
- Câu mẫu: chỉ thu âm câu tiếng Nhật

Xin vui lòng cho đĩa CD-ROM vào ổ CD/DVD trên máy tính, sử dụng như nhận các tập tin bằng iTunes. Thứ tự việc này được giải thích trong ReadMe.txt của đĩa CD-ROM. Tham khảo cách sử dụng bằng máy nghe nhạc cầm tay hoặc cách nhận tập tin bằng các phần mềm chạy MP3 không phải iTunes trong hướng dẫn sử dụng đi kèm với phần mềm và máy nghe nhạc.

Nhãn tập tin âm thanh

Tên nhà xuất bản (tên nghệ sĩ): ALC PRESS INC.
Tiêu đề sách (tên album): Kikutan JLPT N2
Tên bài hát (tên ca khúc): Tên bài hát được cài đặt theo quy tắc sau đây.

```
Kikutan JLPT N2 ⋯ word(eng) ⋯⋯E_day01, E_day02, E_day03...
                   word(chi) ⋯⋯C_day01, C_day02, C_day03...
                   word(vie) ⋯⋯V_day01, V_day02, V_day03 ...
                   sentence  ⋯⋯BUN_day01, BUN_day02, BUN_day03...
```

1 名詞
Nouns／名词／Danh từ

0001-0040
人・人間関係
People, interpersonal relations
人、人际关系
Con người - Các mối quan hệ

0041-0080
生活
Life
生活
Cuộc sống

0081-0096
体・病気
Body, illnesses
身体、疾病
Cơ thể - Bệnh tật

0097-0120
気持ち・感覚
Feelings and sensations
心情、感觉
Cảm xúc - Cảm giác

0121-0128
言葉
Word
话语
Từ ngữ

0129-0160
文化・娯楽
Culture, entertainment
文化、娱乐
Văn hóa - Giải trí

0161-0176
自然
Nature
自然
Tự nhiên

0177-0192
地理
Geography
地理
Địa lý

0193-0216
時間
Time
时间
Thời gian

0217-0232
場所・建物
Places, buildings
场所、建筑物
Địa điểm - Công trình kiến trúc

0233-0240
移動
Movement
移动
Di chuyển

0241-0248
学校
School
学校
Trường học

0249-0256
書物
Books
书
Sách vở

0257-0272
学問・思考・思想
Study, thinking, thought
学问、思考、思想
Học tập - Suy nghĩ - Tư tưởng

0273-0304
仕事・技術・産業
Work, technology, industry
工作、技术、产业
Công việc - Kĩ thuật - Sản xuất

0305-0320
組織・グループ
Organizations, groups
组织、集团
Tổ chức - Nhóm

0321-0336
政府・組織
Government, organizations
政府、组织
Chính phủ - Tổ chức

0337-0360
経済
economy
经济
Kinh tế

0361-0376
社会問題
Social problems
社会问题
Vấn đề xã hội

0377-0408
空間・位置
Space, position
空间、位置
Không gian - Vị trí

0409-0416
数学・図形
Mathematics, figures
数学、图形
Toán học - Hình dạng

0417-0424
数量・程度
Quantity, degree
数量、程度
Số lượng - Mức độ

0425-0456
状態
Situation
状态
Trạng thái

0457-0472
副詞的に使える言葉
Adverbial terms
可以作为副词使用的词语
Từ có thể dùng làm trợ từ

0473-0480
文型に使われる言葉
Words used to structure sentences
在句型中使用的词语
Từ được dùng trong mẫu câu

Day 1

人・人間関係
(ひと・にんげんかんけい)

□ 0001
人種
じんしゅ

race ／种族／ Chủng tộc

例 人種差別(じんしゅさべつ)（racial discrimination／种族歧视／Phân biệt chủng tộc）

□ 0002
ルーツ
るーつ

roots ／起源／ Nguồn gốc

≒ 祖先(そせん)

□ 0003
祖先
そせん

ancestor ／祖先／ Tổ tiên

≒ ルーツ

□ 0004
子孫
しそん

offspring ／子孙／ Con cháu

□ 0005
世代
せだい

generation ／世代／ Thế hệ

≒ 年代(ねんだい)

□ 0006
年代
ねんだい

age ／年代／ Độ tuổi

≒ 世代(せだい)

□ 0007
知人
ちじん

acquaintance ／熟人／ Người quen

□ 0008
親戚
しんせき

relative ／亲戚／ Họ hàng

Quick Review

People, interpersonal relations
人、人际关系
Con người - Các mối quan hệ

day01

1 名詞
2 する名詞
3 動詞
4 形容詞
5 副詞
6 その他

この国にはいろいろな人種の人々が住んでいる。
There are people of all different races living in this country.
这个国家居住着各个种族的人。
Đất nước này có rất nhiều người thuộc các chủng tộc khác nhau sinh sống.

先生は日本人のルーツについて研究している。
My teacher is researching the roots of the Japanese people.
老师在研究日本人的起源。
Giáo viên đang nghiên cứu về nguồn gốc của người Nhật Bản.

うちの祖先は京都に住んでいた。
My ancestors lived in Kyoto.
我的祖先住在京都。
Tổ tiên của chúng tôi đã từng sinh sống ở Kyoto.

動物は本能で子孫を残そうとする。
Animals' instincts drive them to leave offspring.
动物本能地想要留下子孙。
Bản năng của động vật là lưu lại các đời con cháu.

世代が違うと、考え方も異なる。
Different generations think in different ways.
世代不同，想法也会不同。
Suy nghĩ của các thế hệ khác nhau sẽ khác nhau.

同じ年代の人とは話しやすい。
It's easy talking with people of the same age.
跟同年代的人容易说话。
Nói chuyện với người cùng độ tuổi sẽ dễ dàng hơn.

私は知人にお金を貸した。
I lent money to an acquaintance.
我把钱借给了熟人。
Tôi vay tiền của người quen.

正月は親戚がうちに集まる。
My relatives get together for New Year's.
在正月亲戚会聚集到我家。
Tết là dịp tất cả họ hàng quây quần gặp mặt.

人・人間関係

□0009
亭主
ていしゅ

husband ／丈夫／ Chồng

≒ 夫、主人

□0010
夫妻
ふさい

Mr. and Mrs. ／夫妇／ Vợ chồng

□0011
成年
せいねん

age ／成年／ Thành niên

⇔ 未成年(underage ／未成年／ Vị thành niên)

□0012
★**若者**
わかもの

young people ／年轻人／ Giới trẻ

□0013
幼児
ようじ

toddler ／幼儿／ Trẻ con

⊃ 乳幼児(small child ／婴幼儿／ Trẻ sơ sinh)

□0014
乳児
にゅうじ

baby ／婴儿／ Trẻ sơ sinh

⊃ 乳幼児(small child ／婴幼儿／ Trẻ sơ sinh)

□0015
年輩
ねんぱい

elderly person ／年长／ Lớn tuổi

□0016
第三者
だい・さんしゃ

third party ／第三者／ Người thứ ba

Quick Review　□人種　□ルーツ　□祖先　□子孫　□世代　□年代　□知人　□親戚

day01

1 名詞

うちの亭主は毎晩、帰りが遅い。
My husband gets home late every night.
我家丈夫每天晚上都很晚才回家。
Chồng tôi tối nào cũng về nhà muộn.

田中夫妻はパーティーに参加した。
Mr. and Mrs. Tanaka came to the party.
田中夫妇参加了聚会。
Vợ chồng anh Tanaka đã tham dự bữa tiệc.

息子はまだ成年に達していない。
My son is not yet of age.
儿子还未成年。
Con trai tôi vẫn chưa tới tuổi thành niên.

このブランドは若者向けです。
This brand is targeted at young people.
这个品牌是面向年轻人的。
Thương hiệu này dành cho giới trẻ.

幼児は交通事故に遭いやすい。
Toddlers are liable to wander into traffic.
幼儿容易发生交通事故。
Trẻ con rất dễ gặp phải tai nạn giao thông.

乳児はよく眠る。
Babies sleep a lot.
婴儿经常睡觉。
Trẻ sơ sinh thường hay ngủ.

あの歌手は、年輩の女性に人気がある。
That singer is popular with elderly women.
那个歌手很受年长女性的欢迎。
Ca sĩ này rất nổi tiếng với các phụ nữ lớn tuổi.

悩みがあるので、第三者の意見を聞いてみた。
I got a third party's opinion on something that is bothering me.
因为有烦恼，所以征询了第三者的意见。
Tôi đang rất băn khoăn nên đã thử hỏi ý kiến của người thứ ba.

2 する名詞

3 動詞

4 形容詞

5 副詞

6 その他

Day 2

人・人間関係 (ひと・にんげんかんけい)

☐ 0017
当人 (とうにん)
▶ person in question／本人／Người đó
≒ 本人(ほんにん)

☐ 0018
恩人 (おんじん)
▶ saver／恩人／Ân nhân

☐ 0019
★**方々** (かたがた)
▶ people／各位／Các quý vị
≒ 人々(ひとびと)

☐ 0020
双方 (そうほう)
▶ both parties／双方／Hai bên

☐ 0021
★**相互** (そうご)
▶ each other／相互／Lẫn nhau

☐ 0022
人前 (ひとまえ)
▶ in front of people／人前／Trước đám đông

☐ 0023
プライバシー (ぷらいばしー)
▶ privacy／隐私／Sự riêng tư

☐ 0024
利害 (りがい)
▶ interests／利害／Lợi ích
㏄ 利害関係(りがいかんけい)(vested interests／利害关系／Mối quan tâm)

Quick Review ☐亭主 ☐夫妻 ☐成年 ☐若者 ☐幼児 ☐乳児 ☐年輩 ☐第三者

day02

1 名詞

外国語の上達は、当人の努力次第だ。
Getting better at a foreign language depends on the effort made by the person in question.
外语水平的提高取决于本人的努力。
Sự tiến bộ trong việc học ngoại ngữ chính là do nỗ lực của người đó.

あなたは命の恩人です。
You are a life saver.
你是我的救命恩人。
Anh là ân nhân cứu mạng của tôi.

ご来場の方々にお礼を申し上げます。
I humbly thank the people who have come today.
对到场的各位表示谢意。
Tôi xin gửi lời cảm ơn chân thành tới các quý vị có mặt ở đây.

けんかの原因は、双方の話を聞かなければわからない。
You have to ask both parties if you want to know why they were fighting.
吵架的原因，必须听取双方的说辞才知道。
Sẽ không thể biết được nguyên nhân cãi nhau nếu không nghe câu chuyện từ cả hai bên.

心と体の働きは、相互に関連し合っている。
The workings of the mind and the body are connected to each other.
心理和身体的作用相互关联。
Hoạt động của tim và cơ thể có liên quan lẫn nhau.

私は人前で話すのが苦手です。
I'm not good at speaking in front of people.
我不擅长在人前说话。
Tôi rất kém trong việc nói trước đám đông.

個人のプライバシーを守ることは難しい。
It's difficult to protect people's privacy.
保护个人隐私很困难。
Việc bảo vệ sự riêng tư của cá nhân là rất khó.

山田さんは、自分の利害ばかり考えている。
Mr. Yamada only ever thinks about his vested interests.
山田只考虑自己的利害。
Anh Yamada chỉ suy nghĩ cho lợi ích của bản thân.

---

2 する名詞

3 動詞

4 形容詞

5 副詞

6 その他

人・人間関係
ひと・にんげんかんけい

□0025
輪
わ

circle ／ 圏 ／ Vòng tròn

□0026
★**性**
せい

sexuality ／ 性 ／ Giới tính

□0027
勝敗
しょうはい

victory or defeat ／ 胜负 ／ Thắng thua

□0028
運命
うんめい

fate ／ 命运 ／ Vận mệnh

□0029
引き分け
ひきわけ

tie ／ 平局 ／ Hòa

□0030
ライバル
らいばる

rival ／ 对手 ／ Đối thủ

□0031
素質
そしつ

makings ／ 天赋 ／ Tố chất

□0032
キャラクター
きゃらくたー

character ／ 性格 ／ Tính cách

≒ 性格（せいかく）

Quick Review □当人 □恩人 □方々 □双方 □相互 □人前 □プライバシー □利害

day02

1 名詞

子どもたちが輪になって踊っている。
The children are dancing in a circle.
孩子们围成圈跳舞。
Lũ trẻ xếp thành vòng tròn và nhảy múa.

若者の性の問題について、講演会が開かれた。
A lecture was held about young people's sexuality problems.
围绕年轻人性的问题召开了演讲会。
Một buổi diễn thuyết được tổ chức về vấn đề giới tính của giới trẻ.

そのサッカーの試合は勝敗が決まらず、引き分けになった。
Victory or defeat could not be decided and the soccer match ended in a tie.
那场足球比赛没有决出胜负，平局了。
Trận đấu bóng đá này không phân thắng thua, có kết quả hòa.

「なんて不幸な運命なんだ」
"What an unfortunate fate."
"真是不幸的命运。"
"Đúng là vận mệnh đen đủi."

昨日のサッカーの試合の結果は引き分けです。
Yesterday's soccer game ended in a tie.
昨天的足球比赛的结果是平局。
Trận đấu bóng đá hôm qua có kết quả hòa.

愛と恵子は恋のライバルだ。
Ai and Keiko are romantic rivals.
爱和惠子是恋爱的对手。
Ai và Keiko là đối thủ trong tình yêu.

木村さんにはリーダーの素質がある。
Mr. Kimura has the makings of a leader.
木村有领导的天赋。
Anh Kimura có tố chất của nhà lãnh đạo.

森さんは明るいキャラクターだ。
Mr. Mori is of cheerful character.
森先生有着开朗的性格。
Anh Mori có tính cách tươi sáng.

2 する名詞

3 動詞

4 形容詞

5 副詞

6 その他

Day 3

人・人間関係

☐0033 個性 (こせい)
personality／个性／Cá tính
派 個性的(individualistic／有个性的／Độc nhất)

☐0034 行儀 (ぎょうぎ)
manners／礼貌／Cách cư xử

☐0035 作法 (さほう)
etiquette／礼法／Quy tắc ứng xử
派 礼儀作法(decorum／礼仪礼法／Nghi thức xã giao)
≒ マナー

☐0036 エチケット (えちけっと)
etiquette／礼节／Phép xã giao
≒ 行儀、作法、礼儀

☐0037 ★礼 (れい)
gratitude／感谢／Lời cảm ơn

☐0038 礼儀 (れいぎ)
good manners／礼貌／Lễ tiết
≒ エチケット

☐0039 悪口 (わるくち)
badmouthing／坏话／Nói xấu

☐0040 便り (たより)
letter／信／Thư

Quick Review ☐輪 ☐性 ☐勝敗 ☐運命 ☐引き分け ☐ライバル ☐素質

day03

1 名詞

人にはそれぞれ個性がある。
Everyone has his or her own personality.
每个人都有各自的个性。
Con người có các cá tính riêng biệt.

行儀が悪い食べ方をしていたら、母に叱られた。
My mom got mad at me for my poor manners when eating.
因为吃法不礼貌，结果被母亲训了。
Tôi có cách cư xử trên bàn ăn không tốt nên bị mẹ mắng.

茶道の作法を習った。
I learned tea ceremony etiquette.
学习了茶道的礼法。
Tôi đã học các quy tắc ứng xử trong trà đạo.

公共の場では、エチケットを守ろう。
Practice good etiquette when in public spaces.
在公共场合，请遵守礼节。
Ở nơi công cộng hãy giữ các phép xã giao.

お世話になった人たちにお礼を言った。
I expressed my gratitude to someone who had been good to me.
对曾经给予过关照的人们表示了感谢。
Tôi gửi lời cảm ơn tới những người đã giúp đỡ tôi.

知り合いに会ったら挨拶するのが礼儀だと思う。
I believe it's good manners to greet people you know when you meet them.
遇到认识的人要打招呼才有礼貌。
Tôi nghĩ việc chào hỏi khi gặp người quen là lễ tiết bắt buộc.

他人の悪口を言うのは良くない。
Badmouthing others is not good.
说别人的坏话是不好的。
Nói xấu người khác là không tốt.

故郷に便りを出した。
I sent a letter back home.
向故乡寄了信。
Bức thư đã gửi về quê hương tôi.

☐ キャラクター

2 する名詞

3 動詞

4 形容詞

5 副詞

6 その他

生活
せい かつ

☐ 0041
主食
しゅしょく
▶ dietary staple／主食／Món chính

☐ 0042
食物
しょくもつ
▶ food／食物／Thực phẩm

☐ 0043
汁
しる
▶ juice／汁／Nước quả

☐ 0044
芯
しん
▶ core／芯／Lõi

☐ 0045
筋
すじ
▶ strings／筋／Gân

☐ 0046
殻
から
▶ shell／殻／Vỏ

☐ 0047
蒸気
じょうき
▶ steam／蒸汽／Hơi nước

☐ 0048
水滴
すいてき
▶ water droplet／水滴／Giọt nước

Quick Review ☐個性 ☐行儀 ☐作法 ☐エチケット ☐礼 ☐礼儀 ☐悪口 ☐便り

Life
生活
Cuộc sống

day03

1 名詞

2 する名詞

3 動詞

4 形容詞

5 副詞

6 その他

日本人は米を主食にしている。
Rice is a dietary staple of the Japanese.
日本人以大米为主食。
Người Nhật Bản ăn cơm là món chính.

娘は食物のアレルギーがある。
My daughter has food allergies.
女儿有食物过敏。
Con gái tôi bị dị ứng với thực phẩm.

ブドウの汁を服に付けてしまった。
I got grape juice on my clothes.
葡萄汁沾到衣服上了。
Tôi bị nước quả nho dính lên áo.

リンゴの皮をむき、芯を取った。
I peeled an apple and took out the core.
把苹果削了皮，取了芯。
Tôi đã gọt vỏ và cắt phần lõi quả táo rồi.

インゲンの筋を取ってゆでた。
I removed strings from the green beans and boiled them.
把扁豆去筋后煮了。
Tôi đã lấy phần gân của quả đậu ra và luộc rồi.

卵の殻をゴミ箱に捨てた。
I threw the egg shell in the trashcan.
把鸡蛋壳扔进了垃圾箱。
Tôi đã vứt vỏ trứng vào thùng rác.

やかんから蒸気が出ている。
There's steam coming out of the kettle.
水壶里有蒸汽冒出来。
Hơi nước bốc ra từ ấm đun nước.

ビールのグラスに水滴が付いている。
There are water droplets on the glass of beer.
啤酒的玻璃杯上有水滴。
Giọt nước đọng trên cốc bia.

Day 4

生活(せいかつ)

□0049
泡 あわ
foam／泡／Bọt

□0050
器 うつわ
bowl／容器／Bát
≒ 容器(ようき)

□0051
★ ケース けーす
case／盒／Hộp
≒ 入れ物(いれもの)

□0052
栓 せん
stopper／塞子／Nút

□0053
鎖 くさり
chain／链子／Xích

□0054
布 ぬの
cloth／布／Miếng vải
≒ 生地(きじ)

□0055
生地 きじ
fabric／布料／Tấm vải
≒ 布(ぬの)

□0056
無地 むじ
plain／素色／Không có hoa văn
⇔ 柄(がら)(pattern／花纹／Hoa văn)

Quick Review　□主食　□食物　□汁　□芯　□筋　□殻　□蒸気　□水滴

day04

このせっけんはよく泡が立つ。
This soap foams well.
这个肥皂很能起泡。
Bánh xà phòng này có rất nhiều bọt.

料理を作って器に盛った。
She made some food and put it in a bowl.
把料理做好后盛到了容器中。
Nấu ăn xong rồi cho vào bát.

眼鏡のケースをなくしてしまった。
I lost the case for my glasses.
眼镜盒丢了。
Tôi làm mất hộp đựng kính mắt.

ビールの栓を抜いた。
I removed the stopper from the beer bottle.
拔出了啤酒的塞子。
Tôi đã mở nút chai bia.

犬が鎖でつながれている。
The dog is tethered by a chain.
狗被链子栓住了。
Con chó đang bị buộc vào xích.

柔らかい布で眼鏡を拭いた。
I wiped my glasses with a soft cloth.
用柔软的布擦了眼镜。
Lau kính mắt bằng miếng vải mềm.

丈夫な生地でズボンを作った。
He made pants out of a durable fabric.
用结实的布料做了裤子。
May quần bằng tấm vải bền.

無地の着物を買った。
I bought a plain kimono.
买了一件素色的和服。
Tôi đã mua bộ kimono không có hoa văn.

---

1 名詞
2 する名詞
3 動詞
4 形容詞
5 副詞
6 その他

生活
せいかつ

□0057 **柄** がら
pattern／花纹／Hoa văn

⇔ 無地(plain／素色／Không có hoa văn)
む じ

□0058 **目印** めじるし
landmark／记号／Mốc

□0059 **見掛け** みかけ
appearances／表面／Vẻ ngoài

□0060 **格好** かっこう
form／样子／Dáng vẻ

□0061 **サンプル** さんぷる
sample／样品／Mẫu thử

□0062 ★**実物** じつぶつ
in the flesh／本人／Đồ thật

□0063 **気配** けはい
presence／动静／Cảm giác

□0064 **物音** ものおと
sound／声音／Âm thanh

≒ 音
おと

Quick Review　□泡　□器　□ケース　□栓　□鎖　□布　□生地　□無地

day04

1 名詞

このシャツは柄が派手だ。
This shirt is loudly patterned.
这件衬衫的花纹很华丽。
Hoa văn trên chiếc áo này rất sặc sỡ.

地図に目印を付けた。
I put some landmarks on the map.
在地图上做了记号。
Gắn mốc đánh dấu lên bản đồ.

森さんは見掛けによらず気が弱い。
Appearances to the contrary, Miss Mori is a timid person.
森先生表面上看不出来，其实很懦弱。
Anh Mori rất nhút nhát, khác hẳn vẻ ngoài của mình.

人前で泣くのは格好が悪い。
It's poor form to cry in front of people.
在人面前哭很不像样子。
Khóc trước mặt người khác là dáng vẻ rất xấu.

化粧品のサンプルをもらった。
I got a cosmetics sample.
得到了化妆品样品。
Tôi nhận được mẫu thử đồ mỹ phẩm.

恵子さんは写真より実物のほうが美人だった。
Keiko is prettier in the flesh than in pictures.
惠子本人比照片更美。
Chị Keiko không ăn ảnh, đồ thật ở ngoài nhìn đẹp hơn.

誰もいないのに、人の気配を感じる。
Although nobody's here, I feel a presence.
明明没有人，却好像有人的动静。
Mặc dù không có ai nhưng tôi vẫn có cảm giác có người.

隣の部屋で物音がする。
I heard a sound next door.
隔壁房间里有声音。
Có âm thanh phát ra từ phòng bên cạnh.

2 する名詞
3 動詞
4 形容詞
5 副詞
6 その他

Day 5

生活（せいかつ）

□0065
雑音
ざつおん
▶ noise ／杂音／ Tạp âm

□0066
★**言動**
げんどう
▶ behavior ／言行／ Lời nói và hành động

□0067
不平
ふへい
▶ complaint ／牢骚／ Lời than văn

□0068
支障
ししょう
▶ impediment ／阻碍／ Trở ngại

□0069
★**害**
がい
▶ harm ／害／ Hại

□0070
手間
てま
▶ trouble ／工夫／ Công sức

□0071
要領
ようりょう
▶ knack ／要领／ Khái quát

□0072
用途
ようと
▶ use ／用途／ Ứng dụng
≒ 使い道（つかいみち）

Quick Review　□柄　□目印　□見掛け　□格好　□サンプル　□実物　□気配　□物音

day05

1 名詞

携帯電話で話していると、時々、雑音が入る。
When talking on a mobile phone, I sometimes hear noise.
用手机打电话时，有时会有杂音。
Khi nói chuyện bằng điện thoại di động, thỉnh thoảng sẽ bị lẫn tạp âm.

あの男は言動が怪しい。
That man's behavior is suspicious.
那个男人言行可疑。
Lời nói và hành động của anh ta rất đáng nghi.

妹はいつも不平ばかり言っている。
My daughter is always complaining.
妹妹总是在发牢骚。
Chị tôi lúc nào cũng nói những lời than vãn.

趣味に夢中になって、仕事に支障が出ている。
He's so into his hobbies that it's impeding his work.
因为埋头于爱好，而阻碍了工作。
Quá chú tâm vào sở thích sẽ gây trở ngại cho công việc.

タバコは体に害がある。
Smoking is harmful to the body.
吸烟对身体有害。
Thuốc lá có hại cho cơ thể.

インスタントラーメンは手間がかからない。
Making instant ramen does not require much trouble.
方便面不费工夫。
Nấu mì ăn liền không tốn công sức.

木村さんは要領がいい。
Mr. Kimura has the knack of it.
木村先生很懂得要领。
Khả năng khái quát của anh Kimura rất tốt.

この鍋はいろいろな用途に使えて便利です。
This handy pot has a number of uses.
这个锅有各种用途，非常方便。
Cái nồi này có thể ứng dụng vào nhiều mục đích khác nhau, rất tiện lợi.

2 する名詞
3 動詞
4 形容詞
5 副詞
6 その他

生活
せいかつ

0073
物事 ★
ものごと
▶ things／事情／Sự việc

0074
要素
ようそ
▶ element／因素／Yếu tố

0075
項目
こうもく
▶ item／项目／Mục

0076
予備
よび
▶ spare／备用／Phòng bị

0077
催し
もよおし
▶ event／活动／Sự kiện

0078
童謡
どうよう
▶ nursery rhyme／童谣／Đồng dao

0079
育児
いくじ
▶ childcare／育儿／Chăm sóc

0080
日課
にっか
▶ daily routine／每天的惯例／Việc hàng ngày

Quick Review □雑音 □言動 □不平 □支障 □害 □手間 □要領 □用途

day05

1 名詞

もっと落ち着いて物事を考えなさい。
Calm down and think about things.
请再冷静一些地思考事情。
Hãy suy nghĩ về sự việc một cách bình tĩnh hơn.

睡眠は、子どもの成長に重要な要素です。
Getting sleep is an important element to children's growth.
睡眠是孩子成长的重要因素。
Giấc ngủ là một yếu tố rất quan trọng trong việc trưởng thành của trẻ nhỏ.

そのアンケートは5つの項目から成る。
That questionnaire has five items.
那个调查由5个项目构成。
Bản điều tra này có 5 mục.

電球の予備を買っておいた。
I bought a spare lightbulb.
买了一个备用的灯泡。
Tôi đã mua sẵn bóng đèn phòng bị.

2 する名詞

大使館では、その国の文化を紹介する催しが時々行われている。
Events showing that country's culture are sometimes held at the embassy.
大使馆有时会举行介绍该国文化的活动。
Thỉnh thoảng ở Đại sứ quán có tổ chức sự kiện giới thiệu văn hóa của nước mình.

子どもが童謡を歌っている。
The child is singing nursery rhymes.
孩子在唱童谣。
Lũ trẻ con đang hát đồng dao.

子どもが小さいので、育児が大変です。
Childcare for such a small child is demanding.
孩子很小，所以育儿很辛苦。
Lũ trẻ còn nhỏ nên chăm sóc rất vất vả.

朝のジョギングを日課にしている。
I have made jogging part of my daily routine every morning.
把早上的慢跑作为每天的惯例。
Đi bộ thể dục buổi sáng là việc hàng ngày của tôi.

3 動詞

4 形容詞

5 副詞

6 その他

Day 6 体・病気(からだ・びょうき)

□0081 **身体** しんたい — body／身体／Thân thể
≒ 体(からだ)

□0082 **★身** み — body／身／Người

□0083 **脇** わき — armpit／腋下／Nách

□0084 **皮膚** ひふ — skin／皮肤／Da

□0085 **胃腸** いちょう — gastrointestinal／肠胃／Dạ dày

□0086 **★食欲** しょくよく — appetite／食欲／Cảm giác thèm ăn

□0087 **脳** のう — brain／大脑／Não

□0088 **神経** しんけい — nerve／神经／Thần kinh

Quick Review □物事 □要素 □項目 □予備 □催し □童謡 □育児 □日課

Body, illnesses
身体、疾病
Cơ thể - Bệnh tật

day06

1 名詞

2 する名詞

3 動詞

4 形容詞

5 副詞

6 その他

おなかが痛いので検査したが、身体に異常は見つからなかった。
My stomach hurt so I got checked out, but they didn't find anything wrong (with my body).
肚子痛去做了检查，但没有发现身体上的异常。
Tôi đi khám vì bị đau bụng, nhưng thân thể không có điều gì bất thường cả.

社長の奥さんはいつもアクセサリーを身に着けている。
The president's wife is always wearing accessories (putting them on her body).
社长夫人身上总是穿戴着饰品。
Vợ giám đốc lúc nào cũng đeo trang sức lên người.

体温計を脇に挟んで、熱を測った。
I put a thermometer in my armpit and took my temperature.
把体温计夹在腋下，测量了体温。
Tôi kẹp nhiệt kế vào nách để đo nhiệt độ.

赤ちゃんの皮膚は薄い。
Babies have thin skin.
婴儿的皮肤很薄。
Da của trẻ con rất mỏng.

私は胃腸が弱い。
I am gastrointestinally challenged (I have a weak stomach).
我的肠胃很弱。
Dạ dày tôi rất yếu.

この頃、食欲がない。
I don't have an appetite lately.
最近一段时间没有食欲。
Dạo này tôi không có cảm giác thèm ăn.

運動は、脳を活性化させる。
Exercise stimulates the brain.
运动使大脑活化。
Vận động giúp não phát triển.

試験の前の日は、神経が高ぶって眠れなかった。
My nerves were on edge the day before the test and I couldn't sleep.
考试前一天，神经兴奋没能睡着。
Hôm trước khi thi, thần kinh căng thẳng quá nên tôi không thể ngủ được.

体・病気
からだ びょうき

□0089
★医療
いりょう

medical care／治疗／Sự chữa trị

□0090
薬品
やくひん

drug／药品／Dược phẩm

⊚ 化学薬品(かがくやくひん)(chemical／化学药品／Dược phẩm hóa học)
≒ 薬(くすり)

□0091
毒
どく

poison／毒／Độc

□0092
副作用
ふくさよう

side effect／副作用／Tác dụng phụ

□0093
★死
し

death／死／Cái chết

⇔ 生(せい)(life／生／Sự sống)

□0094
★寿命
じゅみょう

life expectancy／寿命／Tuổi thọ

⊚ 平均寿命(へいきんじゅみょう)(average life expectancy／平均寿命／Tuổi thọ trung bình)

□0095
★見舞い
みまい

visit／探望／Thăm bệnh

□0096
美容
びよう

beauty／美容／Sắc đẹp

Quick Review　□身体　□身　□脇　□皮膚　□胃腸　□食欲　□脳　□神経

day06

1 名詞

お金がなくて、十分な医療を受けられない。
I don't have the money for proper medical care.
没有钱，得不到充分的治疗。
Không có tiền thì không thể nhận sự chữa trị đầy đủ được.

この会社は薬品の販売をしている。
This company sells drugs.
这家公司在销售药品。
Công ty này buôn bán dược phẩm.

このヘビは毒を持っている。
This snake is poisonous.
这种蛇有毒。
Con rắn này có độc.

薬の副作用で下痢をした。
I got diarrhea as a side effect of the drug.
因为药物的副作用而拉肚子了。
Tác dụng phụ của thuốc này là bị tiêu chảy.

私は死を恐れていない。
I do not fear death.
我不怕死。
Tôi không sợ cái chết.

日本人は寿命が長い。
The Japanese have a long life expectancy.
日本人的寿命很长。
Người Nhật Bản có tuổi thọ cao.

明日は病気の友達の見舞いに行く。
I'm going to visit my friend in the hospital tomorrow.
明天去探望生病的朋友。
Ngày mai tôi sẽ đi thăm bệnh một người bạn của tôi.

美容と健康のために野菜を食べている。
I'm eating vegetables for beauty and health.
为了美容和健康而吃蔬菜。
Tôi ăn nhiều rau vì tốt cho sắc đẹp và sức khỏe.

2 する名詞
3 動詞
4 形容詞
5 副詞
6 その他

Day 7

気持ち・感覚

☐0097 **心理** (しんり)	psychology ／心理／ Tâm lý
☐0098 **無意識** (むいしき)	unconscious ／无意识／ Trạng thái vô thức 形 無意識(な)
☐0099 **人生観** (じんせいかん)	view of life ／人生观／ Nhân sinh quan
☐0100 **生きがい** (いきがい)	reason for living ／生存意义／ Lẽ sống
☐0101 **やりがい** (やりがい)	fulfillment ／干劲／ Động lực làm việc
☐0102 **情熱** (じょうねつ)	passion ／热情／ Nhiệt huyết
☐0103 ★**意欲** (いよく)	motivation ／积极性／ Sự tích cực
☐0104 **本気** (ほんき)	serious ／认真／ Sự nghiêm túc

Quick Review ☐医療 ☐薬品 ☐毒 ☐副作用 ☐死 ☐寿命 ☐見舞い ☐美容

Feelings and sensations
心情、感觉
Cảm xúc - Cảm giác

day07

1 名詞

この詩は作者の複雑な心理を表している。
This poem demonstrates the poet's complex psychology.
这首诗表达了作者复杂的心理。
Bài thơ này thể hiện tâm lý phức tạp của tác giả.

寝ている時、無意識に顔をかいてしまう。
I unconsciously scratch my face when I'm sleeping.
睡觉的时候，无意识地抓了脸。
Khi ngủ tôi sẽ gãi mặt trong trạng thái vô thức.

私は病気になってから人生観が変わった。
After getting sick, my view of life changed.
我生病后人生观改变了。
Từ sau khi bị bệnh, nhân sinh quan của tôi đã thay đổi.

子どもは私の生きがいです。
My children are my reason for living.
孩子是我的生存意义。
Con cái là lẽ sống đời tôi.

今の仕事には、やりがいを感じない。
I get no sense of fulfillment from my current job.
对于现在的工作，我感觉没有干劲。
Tôi không cảm thấy động lực làm việc với công việc hiện tại.

兄は仕事に情熱を燃やしている。
My brother is passionate about his work.
哥哥对工作热情高涨。
Anh tôi rất nhiệt huyết với công việc.

仕事がつまらなくて、働く意欲が湧かない。
My job is boring and I have no motivation to work.
工作很无聊，很难有积极性。
Công việc thì chán nên tôi không có được sự tích cực khi làm việc.

そろそろ本気を出して勉強するつもりだ。
I plan to get serious with my studies soon.
我打算快该认真学习了。
Tôi dự định sẽ học tập với sự nghiêm túc.

---

2 する名詞

3 動詞

4 形容詞

5 副詞

6 その他

気持ち・感覚

□0105 **欲求** (よっきゅう)
needs／欲望／Nhu cầu
- 欲求不満（frustration／欲望没有满足／Không thỏa mãn nhu cầu）

□0106 ★**思い** (おもい)
feeling／心思／Suy nghĩ

□0107 ★**感じ** (かんじ)
feel／感觉／Cảm giác

□0108 **思いやり** (おもいやり)
thoughtfulness／关心／Sự quan tâm

□0109 **誇り** (ほこり)
pride／自豪／Sự tự hào

□0110 ★**恐れ** (おそれ)
fear／恐惧／Nỗi sợ
- ≒ 恐怖
- 動 恐れる

□0111 **憩い** (いこい)
rest／休息／Nghỉ ngơi

□0112 **心当たり** (こころあたり)
idea／线索／Sự hiểu biết chút ít

Quick Review □心理 □無意識 □人生観 □生きがい □やりがい □情熱 □意欲

day07

1 名詞

赤ちゃんは自分の欲求を泣いて伝える。
Babies let people know what they need by crying.
婴儿用哭泣来传达自己的欲望。
Đứa trẻ sẽ khóc để biểu đạt nhu cầu của bản thân.

彼女に、好きだという思いを伝えた。
I told her about my fond feelings for her.
向她传达了爱慕的心思。
Tôi đã nói với cô ấy suy nghĩ của mình, là tôi thích cô ấy.

山田さんのお母さんは上品で感じがいい。
Mr. Yamada's mother is classy and has a good feel about her (is likable).
山田先生的母亲很文雅，给人感觉很好。
Mẹ của anh Yamada rất thanh lịch nên cảm giác rất tốt.

森さんは思いやりがある。
Mrs. Mori is thoughtful.
森先生很关心人。
Anh Mori có sự quan tâm tới mọi người.

私は自分の仕事に誇りを持っている。
I am proud of my work.
我对自己的工作感到自豪。
Tôi có sự tự hào với công việc của bản thân.

殴られるのではないかと、恐れを感じた。
I had a fear he would hit me.
以为会挨打，感觉非常恐惧。
Tôi cảm thấy nỗi sợ có lẽ sẽ bị đánh.

公園はみんなの憩いの場だ。
Parks are resting spots for all.
公园是大家休息的场所。
Công viên là địa điểm nghỉ ngơi của mọi người.

事件の犯人について心当たりがある。
I have an idea who the perpetrator of the crime might be.
有事件犯人相关的线索。
Tôi có sự hiểu biết chút ít về tội phạm trong vụ án.

□ 本気

2 する名詞
3 動詞
4 形容詞
5 副詞
6 その他

Day 8

気持ち・感覚

□0113
勘
かん

intuition／直觉／Trực giác

□0114
センス
せんす

taste／审美能力／Cảm nhận

□0115
コンプレックス
こんぷれっくす

complex／自卑感／Sự tự ti

□0116
機嫌
きげん

mood／心情／Tâm trạng

＊機嫌がいい
（good mood／心情好／Vui tính）

□0117
誠意
せいい

sincerity／诚意／Sự chân thành

□0118
忍耐
にんたい

patience／忍耐／Sự nhẫn nhịn

□0119
ため息
ためいき

sigh／叹息／Tiếng thở dài

□0120
プレッシャー
ぷれっしゃー

pressure／压力／Áp lực

Quick Review　□欲求　□思い　□感じ　□思いやり　□誇り　□恐れ　□憩い　□心当たり

day08

1 名詞

妻は勘(かん)がいい。
My wife's intuition is good.
妻子的直觉很好。
Vợ tôi có trực giác rất tốt.

姉(あね)は服(ふく)のセンスがいい。
My sister has good taste in clothes.
姐姐对衣服很有审美能力。
Chị tôi có cảm nhận về quần áo rất tốt.

弟(おとうと)のコンプレックスは、背(せ)が低(ひく)いことだ。
My brother has a complex about being short.
弟弟的自卑感来自于个子太矮。
Em trai tôi có sự tự ti về chiều cao khiêm tốn của mình.

今日(きょう)、社長(しゃちょう)は機嫌(きげん)が悪(わる)い。
The president is in a bad mood today.
今天社长心情不好。
Hôm nay tâm trạng của giám đốc không tốt.

夫(おっと)の態度(たいど)には誠意(せいい)が感(かん)じられない。
I sense no sincerity in my husband's demeanor.
丈夫的态度感觉不到诚意。
Tôi không cảm thấy sự chân thành trong thái độ của chồng tôi.

結婚生活(けっこんせいかつ)には忍耐(にんたい)が必要(ひつよう)だと思(おも)う。
I believe marriage requires patience.
我认为婚姻生活需要忍耐。
Sự nhẫn nhịn là rất quan trọng trong đời sống hôn nhân.

恵子(けいこ)は思(おも)わずため息(いき)をついた。
Keiko sighed unconsciously.
惠子不禁叹息。
Chị Keiko bỗng dưng đánh tiếng thở dài.

親(おや)の期待(きたい)をプレッシャーに感(かん)じる。
I feel pressure to fulfill my parents' expectations for me.
对父母的期待感到有压力。
Tôi cảm thấy áp lực từ sự kì vọng của cha mẹ.

2 する名詞
3 動詞
4 形容詞
5 副詞
6 その他

言葉
ことば

0121
口調 (くちょう)
tone ／语气／ Giọng điệu

0122
★ **言葉遣い** (ことばづかい)
language ／言语／ Lời ăn tiếng nói

0123
無言 (むごん)
silently ／沉默／ Sự im lặng

0124
★ **一言** (ひとこと)
a word ／一句话／ Một lời

0125
独り言 (ひとりごと)
talk to oneself ／自言自语／ Độc thoại

0126
方言 (ほうげん)
dialect ／方言／ Phương ngữ

0127
迷信 (めいしん)
superstition ／迷信／ Mê tín

0128
ことわざ (ことわざ)
proverb ／谚语／ Tục ngữ

Quick Review □勘 □センス □コンプレックス □機嫌 □誠意 □忍耐 □ため息

Word
话语
Từ ngữ

day08

1 名詞
2 する名詞
3 動詞
4 形容詞
5 副詞
6 その他

先生は厳しい口調で話した。
The teacher spoke in a harsh tone.
老师用严厉的语气说了。
Giáo viên nói chuyện bằng giọng điệu tranh luận gay gắt.

言葉遣いが悪い、と母に叱られた。
My mother scolded me for my foul language.
被母亲责骂言语不雅。
Lời ăn tiếng nói không tốt nên tôi bị mẹ mắng.

真理は無言で窓の外を見ていた。
Mari silently gazed out the window.
真理沉默地看着窗外。
Mari nhìn ra ngoài cửa sổ trong sự im lặng.

今のこの気持ちは、一言では表現できない。
I can't express how I'm feeling in just a word.
现在的这种心情用一句话无法表达。
Cảm giác hiện tại không thể diễn đạt chỉ bằng một lời.

おじいちゃんはよく独り言を言っている。
My grandpa often talks to himself.
爷爷经常在自言自语。
Ông tôi rất hay độc thoại.

日本にはさまざまな方言がある。
Many dialects are spoken in Japan.
日本有各种各样的方言。
Nhật Bản có rất nhiều phương ngữ.

「ばかは風邪をひかない」という迷信がある。
Superstition has it that "fools don't catch colds".
有"笨蛋不会感冒"这样一个迷信。
Có sự mê tín là "Thằng ngốc không thể bị cảm lạnh".

「猿も木から落ちる」ということわざを知っていますか。
Do you know the proverb "even monkeys fall from trees"?
知道"智者千虑必有一失"这句谚语吗？
Bạn có biết câu tục ngữ "Đến cả khỉ cũng bị ngã cây" không?

☐ プレッシャー

Day 9　文化・娯楽

□0129
文明
ぶんめい
civilization／文明／Nền văn minh

□0130
行事
ぎょうじ
function／活动／Sự kiện
- 学校行事 (school function／学校的活动／Sự kiện trường học)
- 年中行事 (annual event／一年中的活动／Sự kiện hàng năm)

□0131
儀式
ぎしき
ceremony／仪式／Nghi thức

□0132
魔法
まほう
magic／魔法／Phép màu

□0133
娯楽
ごらく
entertainment／娱乐／Trò giải trí

□0134
余暇
よか
leisure time／闲暇／Thời gian rảnh rỗi

□0135
レクリエーション
れくりえーしょん
recreation／娱乐／Giờ nghỉ giải lao

□0136
将棋
しょうぎ
shogi／象棋／Cờ tướng

Quick Review　□口調　□言葉遣い　□無言　□一言　□独り言　□方言　□迷信

Culture, entertainment
文化、娱乐
Văn hóa - Giải trí

day09

1 名詞

紀元前、エジプトで文明が誕生した。
Civilization began in Egypt before the common era.
公元前，埃及诞生了文明。
Nền văn minh ở Ai Cập đã ra đời từ trước công nguyên.

入学式は学校の行事の一つだ。
The entrance ceremony is one of the school's functions.
入学典礼是学校的活动之一。
Lễ khai giảng là một sự kiện của trường.

世界には、いろいろな成人の儀式がある。
There are many kinds of coming-of-age ceremonies around the world.
世界上有各种各样的成人仪式。
Trên thế giới có rất nhiều nghi thức trưởng thành khác nhau.

その薬を飲むと、魔法のように病気が治った。
Taking the medicine cured the malady like magic.
吃了那个药，就像魔法一样病就治好了。
Uống thuốc đó vào xong, bệnh đã khỏi như một phép màu.

この村には娯楽が少ない。
This village lacks much in the way of entertainment.
这个村子里娱乐很少。
Ở ngôi làng này có rất ít trò giải trí.

父は退職後、余暇を楽しんでいる。
Dad is enjoying his leisure time in retirement.
父亲退休后，在享受闲暇的日子。
Bố tôi đang tận hưởng thời gian rảnh rỗi sau khi nghỉ việc.

レクリエーションの時間に、ゲームをした。
We played a game during recreation time.
在娱乐时间玩了游戏。
Tôi chơi game trong giờ nghỉ giải lao.

将棋のルールを知っていますか。
Do you know how to play shogi?
你知道象棋的规则吗?
Bạn có biết luật của trò cờ tướng không?

☐ ことわざ

2 する名詞

3 動詞

4 形容詞

5 副詞

6 その他

文化・娯楽

□0137
物まね ものまね
impersonation ／ 模仿 ／ Việc bắt chước

□0138
名人 めいじん
master ／ 名人 ／ Bậc thầy

□0139
伝統 でんとう
tradition ／ 传统 ／ Truyền thống
○ 伝統的(traditional ／ 传统的 ／ Có tính truyền thống)

□0140 ★
美術 びじゅつ
art ／ 美术 ／ Mỹ thuật

□0141
絵画 かいが
painting ／ 绘画 ／ Hội họa

□0142
園芸 えんげい
gardening ／ 园艺 ／ Nghệ thuật làm vườn

□0143
生け花 いけばな
flower arrangement ／ 插花 ／ Ikebana (nghệ thuật cắm hoa Nhật Bản)

□0144
一流 いちりゅう
top-notch ／ 一流 ／ Hàng đầu
○ 一流企業(top-notch company ／ 一流企业 ／ Doanh nghiệp hàng đầu)
○ 一流大学(top-notch university ／ 一流大学 ／ Trường đại học hàng đầu)

Quick Review　□文明　□行事　□儀式　□魔法　□娯楽　□余暇　□レクリエーション

day09

森さんは物まねがうまい。
Miss Mori is good at impersonations.
森先生很善于模仿。
Anh Mori rất giỏi việc bắt chước.

伯父は釣りの名人だ。
My uncle is a master fisherman.
伯父是钓鱼名人。
Bác tôi là bậc thầy về câu cá.

日本の伝統を守ろう。
We should preserve Japanese traditions.
保护日本传统。
Hãy bảo tồn truyền thống Nhật Bản.

姉は大学で美術を学んでいる。
My sister is studying art in college.
姐姐在大学学习美术。
Chị tôi đang học mỹ thuật ở trường Đại học.

絵画を見るのが好きだ。
I like looking at paintings.
喜欢看绘画。
Tôi rất thích xem hội họa.

私の趣味は園芸です。
I enjoy gardening.
我的爱好是园艺。
Sở thích của tôi là nghệ thuật làm vườn.

妹は生け花を習っている。
My little sister is learning flower arrangement.
妹妹在学插花。
Chị tôi đang học Ikebana (nghệ thuật cắm hoa Nhật Bản).

田中さんは一流の大学を卒業している。
Mr. Tanaka graduated from a top-notch university.
田中毕业于一流的大学。
Anh Tanaka đã tốt nghiệp trường Đại học hàng đầu.

□将棋

Day 10

文化・娯楽 (ぶんか・ごらく)

□0145 **劇** (げき) ▶ play ／ 戏剧 ／ Vở kịch

□0146 **悲劇** (ひげき) ▶ tragedy ／ 悲剧 ／ Bi kịch

□0147 **主役** (しゅやく) ▶ lead role ／ 主角 ／ Vai chính

□0148 **舞台** (ぶたい) ▶ stage ／ 舞台 ／ Sân khấu

□0149 **本番** (ほんばん) ▶ actual performance ／ 正式的时候 ／ Trình diễn

⇔ 練習 (れんしゅう) (rehearsal ／ 练习 ／ Luyện tập)

□0150 **幕** (まく) ▶ curtain ／ 帷幕 ／ Bức màn

□0151 ★**役** (やく) ▶ part ／ 角色 ／ Vai diễn

*役に立つ
(be useful ／ 有帮助 ／ Có ích)

□0152 **衣装** (いしょう) ▶ clothing ／ 服装 ／ Trang phục

Quick Review □物まね □名人 □伝統 □美術 □絵画 □園芸 □生け花 □一流

day 10

1 名詞

学校(がっこう)で息子(むすこ)が劇(げき)をやるので、見(み)に行(い)った。
My son performs in school plays so I went to see one.
因为儿子在学校表演戏剧，所以去看了。
Tôi đã tới xem vở kịch con trai tôi đóng ở trường.

その劇(げき)は、悲劇(ひげき)の物語(ものがたり)だ。
The play is a story of tragedy.
那部剧是悲剧故事。
Vở kịch này là một câu chuyện bi kịch.

息子(むすこ)は劇(げき)で主役(しゅやく)をやった。
My son played the lead role.
儿子在剧中扮演了主角。
Con trai tôi đã đóng vai chính trong vở kịch.

舞台(ぶたい)に立(た)つと緊張(きんちょう)する。
Standing on stage makes her nervous.
站上舞台就很紧张。
Cứ lên sân khấu là tôi sẽ căng thẳng.

あの子(こ)は本番(ほんばん)に強(つよ)いタイプだ。
He shines when it comes to the actual performance.
那孩子是正式的时候发挥得很好的类型。
Đứa trẻ đó là kiểu rất giỏi trình diễn.

幕(まく)が開(あ)き、劇(げき)が始(はじ)まった。
The curtain rose and the play began.
拉开帷幕，戏剧开始了。
Bức màn được vén ra, vở kịch đã bắt đầu.

息子(むすこ)は劇(げき)で上手(じょうず)に役(やく)を演(えん)じた。
My son played his part skillfully in the play.
儿子在剧中把角色演得很好。
Con trai tôi đã diễn vai diễn của nó rất tốt trong vở kịch.

結婚式(けっこんしき)に着(き)る衣装(いしょう)を、借(か)りた。
I borrowed clothing to wear to the wedding.
借了婚礼时穿的服装。
Tôi đã mượn trang phục để mặc trong lễ cưới.

2 する名詞

3 動詞

4 形容詞

5 副詞

6 その他

文化・娯楽

□0153 傑作 (けっさく)	masterpiece／杰作／Kiệt tác
□0154 古典 (こてん)	classic／古典／Điển cố
□0155 ★コンクール (こんくーる)	competition／比赛／Cuộc thi
□0156 音痴 (おんち)	sing out of tune／五音不全／Người mù nhạc lý
□0157 伝記 (でんき)	biography／传记／Tiểu sử
□0158 伝説 (でんせつ)	legend／传说／Truyền thuyết
□0159 武士 (ぶし)	samurai／武士／Võ sĩ
□0160 像 (ぞう)	statue／雕像／Bức tượng

Quick Review □劇 □悲劇 □主役 □舞台 □本番 □幕 □役 □衣装

day 10

1 名詞

この小説は傑作だ。
This novel is a masterpiece.
这部小说是杰作。
Cuốn tiểu thuyết này là một kiệt tác.

古典を読むのが好きだ。
I like reading the classics.
喜欢阅读古典。
Tôi rất thích đọc các điển cố.

母は歌のコンクールに出た。
My mom participated in a singing competition.
母亲参加了歌唱比赛。
Mẹ tôi đã tham gia cuộc thi ca hát.

私は音痴なので、カラオケが苦手だ。
I'm no good at karaoke because I sing out of tune.
我五音不全，所以不擅长卡拉OK。
Tôi là người mù nhạc lý nên hát karaoke rất tệ.

有名な学者の伝記を読んだ。
I read the biography of a famous scholar.
读了有名学者的传记。
Tôi đã đọc tiểu sử của một học giả nổi tiếng.

東北地方に伝わる伝説を聞いた。
I listened to legends passed down in the Tohoku region.
听了东北地方流传的传说。
Tôi đã nghe về truyền thuyết lưu truyền ở vùng Đông Bắc.

日本には、武士が支配していた時代があった。
There was a time in Japan when the samurai ruled.
日本有过由武士统治的时代。
Ở Nhật Bản, có thời kì võ sĩ đã thống trị đất nước.

渋谷駅の前に、有名な犬の像がある。
There is a statue of a famous dog in front of Shibuya Station.
在涩谷站前面有一座名犬的雕像。
Ở trước ga Shibuya có bức tượng con chó rất nổi tiếng.

2 する名詞

3 動詞

4 形容詞

5 副詞

6 その他

Day 11 自然(しぜん)

□0161 **現象** げんしょう
phenomenon ／现象／ Hiện tượng

□0162 **引力** いんりょく
attractive force ／引力／ Lực hấp dẫn

□0163 **重力** じゅうりょく
gravity ／重力／ Trọng lực

□0164 **気圧** きあつ
air pressure ／气压／ Áp suất không khí
- 低気圧(ていきあつ)(low air pressure ／低气压／ Áp thấp)
- 高気圧(こうきあつ)(high air pressure ／高气压／ Áp cao)

□0165 **大気** たいき
atmosphere ／大气／ Không khí

□0166 **気体** きたい
gas ／气体／ Thể khí
- 液体(えきたい)(liquid ／液体／ Thể lỏng)
- 固体(こたい)(solid ／固体／ Thể rắn)

□0167 **湿度** しつど
humidity ／湿度／ Độ ẩm

□0168 **鉱物** こうぶつ
mineral ／矿物／ Khoáng vật
- 鉱物資源(こうぶつしげん)(mineral resource ／矿物资源／ Tài nguyên khoáng vật)

Quick Review　□傑作　□古典　□コンクール　□音痴　□伝記　□伝説　□武士　□像

Nature
自然
Tự nhiên

day 11

1 名詞

世界中で、気温が上昇する現象が起きている。
A phenomenon involving rising temperatures is occurring around the world.
全球正在发生气温上升的现象。
Hiện tượng nóng lên đang diễn ra trên toàn cầu.

物と物の間には引力が働いている。
An attractive force is acting between the two objects.
物体与物体之间有引力在起作用。
Giữa vật này với vật khác có lực hấp dẫn lẫn nhau.

地球には重力がある。
The Earth has gravity.
地球上有重力。
Trái đất có trọng lực.

台風の中心は気圧が低い。
The center of a typhoon is marked by low air pressure.
台风的中心气压很低。
Áp suất không khí rất thấp ở vùng tâm bão.

台風のため、大気の状態が不安定になっている。
The typhoon is causing atmospheric instability.
由于台风，大气的状态变得很不稳定。
Do cơn bão nên tình trạng không khí rất không ổn định.

液体は、気体になると体積が増える。
Liquids take on greater volume when they become gases.
液体变成气体时体积会增加。
Thể tích của chất lỏng sẽ tăng lên khi chuyển sang thể khí.

今日は雨で湿度が高い。
Today's rain is causing high humidity.
今天下雨，湿度很高。
Hôm nay mưa nên độ ẩm rất cao.

資源の少ない日本は、さまざまな鉱物を輸入に頼っている。
Resource-poor Japan relies on a variety of mineral imports.
资源贫乏的日本，依靠进口获取各种各样的矿物。
Do Nhật Bản rất khan hiếm tài nguyên nên các khoáng vật đều phải nhập khẩu.

2 する名詞

3 動詞

4 形容詞

5 副詞

6 その他

自然(しぜん)

□0169 物質(ぶっしつ)
substance／物质／Vật chất

㊝ 化学物質(かがくぶっしつ)(chemical substance／化学物质／Vật chất hóa học)

□0170 生態(せいたい)
ecosystem／生态／Sinh thái

□0171 哺乳類(ほにゅうるい)
mammal／哺乳类／Động vật có vú

□0172 養分(ようぶん)
nutrient／养分／Chất dinh dưỡng

≒ 栄養(えいよう)

□0173 作物(さくもつ)
crop／作物／Cây trồng

□0174 つぼみ
bud／花蕾／Nụ hoa

□0175 日光(にっこう)
sunlight／阳光／Ánh sáng mặt trời

≒ 日差し(ひざし)

□0176 日差し(ひざし)
sunshine／照射的阳光／Ánh nắng

≒ 日光(にっこう)

Quick Review □現象 □引力 □重力 □気圧 □大気 □気体 □湿度 □鉱物

day 11

1 名詞

タバコの煙には体に悪い物質が含まれている。
Cigarette smoke contains substances harmful to the body.
香烟的烟含有对身体有害的物质。
Trong khói thuốc lá có những vật chất có hại cho sức khỏe.

私は動物の生態について研究している。
I am studying animal ecosystems.
我在研究动物生态。
Tôi đang nghiên cứu về sinh thái của các loài động vật.

人間は哺乳類に属する。
Humans belong to the mammal group.
人类属于哺乳类。
Loài người thuộc loài động vật có vú.

植物は根から養分を吸収する。
Plants absorb nutrients from their roots.
植物通过根部吸收养分。
Thực vật hấp thụ chất dinh dưỡng từ rễ.

今年は気候が悪く、作物があまり採れなかった。
The crop harvest was scant this year due to the bad weather.
今年气候不好，作物收成不多。
Năm nay thời tiết xấu nên cây trồng không thu hoạch được nhiều.

桜の枝にたくさんのつぼみが付いている。
There are many buds on the cherry tree branches.
樱花的枝头有很多花蕾。
Trên nhánh cây anh đào có rất nhiều nụ hoa.

この植物は、日光が十分に当たらないとよく育たない。
Plants do not grow well without ample sunlight.
这植物如果没有充分的阳光，就无法很好地生长。
Loại cây này sẽ không lớn được nếu không có đủ ánh sáng mặt trời.

窓から明るい日差しが入ってきた。
Bright sunshine came in from the window.
透过窗户，明亮的照射的阳光照了进来。
Ánh nắng rực rỡ chiếu vào qua cửa sổ.

Day 12

地理(ちり)

□0177
緯度 (いど)
latitude／纬度／Vĩ độ
⇔ 経度(けいど)(longitude／经度／Kinh độ)

□0178
丘 (おか)
hill／山丘／Đồi

□0179
海面 (かいめん)
sea level／海面／Mực nước biển

□0180
各地 (かくち)
various regions／各地／Nhiều vùng
⇔ 各国(かっこく)(various countries／各国／Các nước)

□0181
気候 (きこう)
weather／气候／Khí hậu
≒ 天気(てんき)

□0182
国境 (こっきょう)
border／国境／Biên giới

□0183
産地 (さんち)
home／产地／Nơi sản xuất

□0184
上流 (じょうりゅう)
upstream／上游／Thượng nguồn
⇔ 下流(かりゅう)(downstream／下游／Hạ nguồn)

Quick Review □物質 □生態 □哺乳類 □養分 □作物 □つぼみ □日光 □日差し

Geography
地理
Địa lý

day 12

1 名詞

沖縄は台湾と同じくらいの緯度にある。
Okinawa and Taiwan are at about the same latitude.
冲绳的纬度和台湾差不多。
Okinawa ở khoảng cùng một vĩ độ với Đài Loan.

丘の上に公園がある。
There is a park on the hill.
山丘上有公园。
Trên đồi có công viên.

南極の氷が溶けると海面が上昇する。
The sea level rises when Antarctic glaciers melt.
如果南极的冰融化，海面就会上升。
Nếu băng ở Nam Cực tan ra thì mực nước biển sẽ tăng lên.

天気予報によると、明日は各地で雨が降る。
The weather forecast says various regions will get rain tomorrow.
天气预报说，明天各地都会下雨。
Theo dự báo thời tiết thì ngày mai sẽ có mưa ở nhiều vùng.

この地域は気候が良くて住みやすい。
The good weather makes this area comfortable to live in.
这个地区气候很好，适合居住。
Vùng này khí hậu rất tốt nên dễ dàng sinh sống.

バスで中国とロシアの国境を越えた。
I crossed the China-Russia border in a bus.
乘坐巴士跨越了中国和俄罗斯的国境。
Tôi đã đi qua biên giới Trung Quốc và Nga bằng xe bus.

和歌山県はみかんの産地だ。
Wakayama Prefecture is the home of the mandarin orange.
和歌山县是橘子的产地。
Tỉnh Wakayama là nơi sản xuất quýt.

川の上流にダムがある。
This river has a dam upstream.
河的上游有水坝。
Ở thượng nguồn sông có một con đập.

2 する名詞

3 動詞

4 形容詞

5 副詞

6 その他

地理

0185
谷 (たに)
valley ／ 山谷 ／ Thung lũng

0186
★**地帯** (ちたい)
area ／ 地帯 ／ Vùng đất
- 工業地帯(こうぎょうちたい) (industrial area ／ 工业地带 ／ Khu công nghiệp)

0187
都道府県 (とどうふけん)
prefecture ／ 都道府县 ／ Tỉnh thành phố

0188
熱帯 (ねったい)
tropical ／ 热带 ／ Nhiệt đới

0189
麓 (ふもと)
base ／ 山脚 ／ Chân núi

0190
平地 (へいち)
flatland ／ 平地 ／ Đồng bằng

0191
陸地 (りくち)
land ／ 陆地 ／ Đất liền

0192
列島 (れっとう)
archipelago ／ 列岛 ／ Quần đảo
- 日本列島(にほんれっとう) (Japanese archipelago ／ 日本列岛 ／ Quần đảo Nhật Bản)

Quick Review □緯度 □丘 □海面 □各地 □気候 □国境 □産地 □上流

day 12

1 名詞

シカが水を飲むために谷へ下りてきた。
A deer came down to the valley to drink water.
鹿为了喝水而下到山谷来。
Con nai xuống thung lũng để uống nước.

ここは米がよく採れる地帯だ。
They produce a lot of rice in this area.
这里是大米产量很高的地带。
Đây là vùng đất thường trồng lúa.

日本には47の都道府県がある。
Japan has 47 prefectures.
日本有47个都道府县。
Nhật Bản có 47 tỉnh thành phố.

マンゴーは熱帯の果物だ。
Mangoes are a tropical fruit.
芒果是热带水果。
Xoài là loại hoa quả nhiệt đới.

山の麓に温泉がある。
There is a hot spring at the base of the mountain.
山脚下有温泉。
Có suối nước nóng ở chân núi.

日本は平地が少ない。
Japan has few flatlands.
日本平地很少。
Ở Nhật Bản có rất ít đồng bằng.

ウミガメは卵を産む時、海から陸地に上がってくる。
Sea turtles come up onto land from the sea to lay eggs.
海龟产卵时，会从大海登上陆地。
Rùa biển khi đẻ trứng sẽ từ biển lên đất liền.

週末は雨雲が列島を縦断し、各地で雨が降るでしょう。
This weekend will see storm clouds cut across the archipelago, likely bringing rain to various regions.
周末有雨云纵贯列岛，各地都会下雨。
Mây sẽ trải dọc khắp quần đảo vào cuối tuần, nhiều vùng có thể sẽ có mưa.

2 する名詞

3 動詞

4 形容詞

5 副詞

6 その他

Day 13 時間(じかん)

□0193 **紀元** きげん	anno domini／公元／Công nguyên ≡ 紀元前(before the common era／公元前／Trước Công nguyên)	
□0194 **西暦** せいれき	Gregorian calendar／公历／Dương lịch	
□0195 ★**きっかけ** きっかけ	motivation／契机／Dịp ≡ 契機(opportunity／契机／Thời cơ)	
□0196 ★**契機** けいき	opportunity／契机／Thời cơ ≡ きっかけ(motivation／契机／Dịp)	
□0197 **近代** きんだい	modern age／近代／Cận đại ≡ 現代(nowadays／现代／Hiện đại)	
□0198 **原始** げんし	primitive／原始／Nguyên thủy ≡ 原始的(primitive／原始的／Có tính nguyên thủy)	
□0199 **過程** かてい	process／过程／Quá trình	
□0200 ★**最中** さいちゅう	while／正在……时候／Trong khi	

Quick Review □谷 □地帯 □都道府県 □熱帯 □麓 □平地 □陸地 □列島

Time
时间
Thời gian

day 13

1 名詞
2 する名詞
3 動詞
4 形容詞
5 副詞
6 その他

日本と中国は、紀元1世紀ごろから交流があった。
Japan and China began relations with each other around anno domini 100.
日本和中国从公元1世纪左右开始有交流。
Nhật Bản và Trung Quốc đã có sự giao lưu từ thế kỉ thứ nhất sau công nguyên.

平成27年は西暦で2015年です。
Heisei 27 is the year 2015 on the Gregorian calendar.
平成27年是公历2015年。
Năm Bình Thành thứ 27 là năm Dương lịch 2015.

子どもが生まれたのをきっかけに、家を買った。
Having a child was our motivation for buying a home.
以孩子出生为契机，购买了房子。
Nhân dịp sinh con nên chúng tôi đã mua nhà.

オリンピックを契機に、経済が活性化するかもしれない。
Using the Olympics as an opportunity will likely stimulate the economy.
以奥林匹克为契机，经济可能会活化。
Do thời cơ là có Olympic nên nền kinh tế trở nên sôi động hơn.

近代は科学技術が発展した。
Scientific technology has seen great progress in the modern age.
近代科学技术得到了发展。
Khoa học kĩ thuật đã phát triển từ thời cận đại.

この生き物は、原始の時代から姿がほとんど変わっていないそうだ。
They say this organism has barely changed shape at all since primitive times.
据说这种生物从原始时代到现在样子几乎没有变化。
Sinh vật sống này hình như có hình dáng hầu như không thay đổi kể từ thời kì nguyên thủy tới nay.

子どもは成長の過程で周りの影響を受ける。
Children are influenced by others in the process of growing up.
孩子在成长的过程中会受到周围的影响。
Trẻ nhỏ sẽ tiếp nhận ảnh hưởng từ xung quanh trong quá trình trưởng thành.

食事の最中にテレビを見るのは、良くない。
It's not good to watch TV while eating.
正在吃饭的时候看电视是不好的。
Xem TV trong khi đang ăn là không tốt.

時間(じかん)

□0201 永久(えいきゅう)
forever ／永久／ Mãi mãi
≒ 永遠(えいえん)

□0202 おしまい
end ／结束／ Sự kết thúc

□0203 仕上げ(しあげ)
finishing touch ／最后的工序／ Việc làm sạch
動 仕上げる(しあげる)

□0204 事前(じぜん)
in advance ／事先／ Trước

□0205 寸前(すんぜん)
just before ／就要……的时候／ Suýt

□0206 上旬(じょうじゅん)
early ／上旬／ Đầu tháng
⊕ 中旬(ちゅうじゅん)(mid ／中旬／ Giữa tháng)
⊕ 下旬(げじゅん)(late ／下旬／ Cuối tháng)

□0207 半ば(なかば)
mid ／中间／ Giữa

□0208 所要時間(しょようじかん)
time needed ／所需时间／ Thời gian cần thiết

Quick Review □紀元 □西暦 □きっかけ □契機 □近代 □原始 □過程 □最中

day 13

1 名詞

電気製品は永久に使えるわけではない。
Electronics don't work forever.
电器并不是可以永久使用的。
Đồ điện tử không thể dùng mãi mãi được.

夏休みは今日でおしまいだ。
Today summer vacation comes to an end.
暑假到今天结束。
Hôm nay là sự kết thúc của kì nghỉ hè.

部屋の片付けをして、仕上げに掃除機をかけた。
I cleaned up the room and ran the vacuum cleaner as a finishing touch.
整理房间后，用吸尘器完成最后的工序。
Tôi dọn dẹp phòng, việc làm sạch thì dùng máy hút bụi.

この勉強会は、事前に申し込む必要がある。
You have to sign up for this workshop in advance.
这个学习会，必须事先申请。
Buổi học này nếu muốn tham gia phải đăng ký trước.

ドアが閉まる寸前に、電車に乗った。
I got on the train just before the doors closed.
在门就要关闭的时候上了电车。
Tôi lên được tàu ngay khi cửa suýt đóng lại.

面接の結果は、来月上旬にお知らせします。
I will inform you of the results of the interview early next month.
下个月的上旬会通知面试的结果。
Kết quả của buổi phỏng vấn sẽ được thông báo vào đầu tháng sau.

木村さんは三十半ばで結婚した。
Mr. Kimura got married in his mid-30s.
木村先生在年到三旬中间时结婚了。
Anh Kimura kết hôn vào giữa độ tuổi ba mươi.

ここから空港までの所要時間は、車で約2時間です。
The time needed to get from here to the airport by car is about two hours.
从这里到机场驾车所需时间大约是2小时。
Thời gian cần thiết để đi từ đây tới sân bay bằng ô tô là khoảng 2 tiếng.

2 する名詞

3 動詞

4 形容詞

5 副詞

6 その他

Day 14

時間 (じかん)

□0209 **テンポ** (てんぽ)	tempo／节奏／Nhịp độ ≒ 速さ (はやさ)
□0210 **初** (はつ)	first／第一次／Đầu tiên
□0211 **昼下がり** (ひるさがり)	early afternoon／午后／Tầm quá trưa
□0212 **頻度** (ひんど)	frequency／频率／Tần suất
□0213 **平年** (へいねん)	average year／常年／Mọi năm
□0214 ★**明後日** (みょうごにち)	day after tomorrow／后天／Ngày kia
□0215 **翌日** (よくじつ)	the day after／第二天／Hôm sau
□0216 **臨時** (りんじ)	temporary／临时／Tạm thời

Quick Review　□永久　□おしまい　□仕上げ　□事前　□寸前　□上旬　□半ば

day 14

この曲はテンポがいい。
This song has a good tempo.
这首曲子节奏很好。
Nhịp độ của khúc nhạc này rất hay.

人生で初の海外旅行に行く。
I'm going on my first ever trip overseas.
人生中第一次的海外旅游。
Tôi đã đi chuyến du lịch nước ngoài đầu tiên trong cuộc đời.

日曜日の昼下がりに散歩に出掛けた。
I went out for a walk on Sunday in the early afternoon.
星期天的午后出去散步了。
Tôi ra ngoài đi bộ tầm quá trưa vào ngày chủ nhật.

週に２回の頻度でジョギングをしている。
I go jogging at a frequency of twice a week (I go jogging twice a week).
以一个星期2次的频率进行慢跑。
Tôi đi bộ thể dục với tần suất 2 lần một tuần.

今日の気温は平年並みだ。
Today's temperature is in line with an average year.
今天的气温跟常年一样。
Nhiệt độ hôm nay bằng với mọi năm.

お葬式は明後日に行われます。
The funeral will be held the day after tomorrow.
葬礼在后天举行。
Lễ tang sẽ được tổ chức vào ngày kia.

お酒を飲んだ翌日は、たいてい気分が悪い。
I usually don't feel good the day after drinking.
喝酒后的第二天，一般都感觉不舒服。
Hôm sau khi uống rượu thường tinh thần rất kém.

私は教師として臨時に雇われた。
I was hired to teach on a temporary basis.
我临时被聘为教师。
Tôi được thuê làm giáo viên tạm thời.

☐ 所要時間

1 名詞
2 する名詞
3 動詞
4 形容詞
5 副詞
6 その他

場所・建物

□0217 家屋 (かおく) — house ／房屋／ Căn nhà
≒ 家 (いえ)

□0218 不動産 (ふどうさん) — real estate ／房地产／ Bất động sản

□0219 別荘 (べっそう) — vacation home ／别墅／ Biệt thự

□0220 寺院 (じいん) — temple ／寺院／ Chùa chiền
≒ 寺 (てら)

□0221 ★施設 (しせつ) — facility ／设施／ Công trình

□0222 情景 (じょうけい) — scene ／情景／ Khung cảnh

□0223 ★背景 (はいけい) — background ／背景／ Bối cảnh

□0224 税関 (ぜいかん) — customs ／海关／ Cơ quan thuế

Quick Review ☐テンポ ☐初 ☐昼下がり ☐頻度 ☐平年 ☐明後日 ☐翌日 ☐臨時

Places, buildings
场所、建筑物
Địa điểm - Công trình kiến trúc

day 14

1 名詞

この辺は2階建ての家屋が多い。
There are many two-story houses in the area.
这一带2层结构的房屋很多。
Ở khu này có nhiều căn nhà 2 tầng.

東京の不動産は値段が高い。
Real estate prices are high in Tokyo.
东京的房地产价格很高。
Giá bất động sản ở Tokyo rất cao.

田中さんは沖縄に別荘を買った。
Mr. Tanaka bought a vacation home in Okinawa.
田中先生在冲绳买了别墅。
Anh Tanaka đã mua biệt thự ở Okinawa.

京都を訪れ、数々の寺院を見て回った。
I visited Kyoto and saw an array of temples.
前往京都，参观了很多寺院。
Khi tới Kyoto, tôi đã tới thăm rất nhiều chùa chiền.

この体育館は市の施設です。
This gymnasium is a municipal facility.
这个体育馆是市的设施。
Nhà thể chất này là công trình của thành phố.

この絵は、物語の情景を描いたものです。
This painting depicts a scene from a story.
这幅画描绘的是故事的情景。
Bức tranh này vẽ khung cảnh của câu chuyện.

私たちは、海を背景に写真を撮った。
I took a picture with the ocean in the background.
我们以大海为背景拍了照片。
Chúng tôi chụp ảnh lấy bối cảnh là biển.

兄は税関で働いている。
My brother works at customs.
哥哥在海关工作。
Anh trai tôi đang làm việc ở cơ quan thuế.

2 する名詞

3 動詞

4 形容詞

5 副詞

6 その他

Day 15

場所・建物

□0225
塔 (とう)
▶ tower／塔／Ngọn tháp

□0226
扉 (とびら)
▶ door／门／Cửa
≒ ドア

□0227
★**場** (ば)
▶ place／场所／Địa điểm

□0228
★**花壇** (かだん)
▶ flowerbed／花坛／Vườn hoa

□0229
下水 (げすい)
▶ sewage／下水道／Đường nước ngầm

□0230
人混み (ひとごみ)
▶ crowd／人多拥挤之处／Nơi đông người
≒ 混雑(する)

□0231
人通り (ひとどおり)
▶ pedestrian traffic／来往行人／Lượng người qua lại

□0232
付近 (ふきん)
▶ around here／附近／Vùng xung quanh
≒ 近く

Quick Review　□家屋　□不動産　□別荘　□寺院　□施設　□情景　□背景　□税関

day 15

1 名詞

この塔は7世紀に建てられた。
This tower was built in the seventh century.
这座塔是7世纪建造的。
Ngọn tháp này được xây từ thế kỉ thứ 7.

部屋の扉を開けた。
She opened the door to the room.
打开了房间的门。
Tôi đã mở cửa phòng.

公園はみんなの憩いの場だ。
Parks are places for people to rest.
公园是大家休息的场所。
Công viên là địa điểm để mọi người nghỉ ngơi.

花壇の中に入らないでください。
Please don't walk on the flowerbed.
请不要进入花坛。
Xin vui lòng không vào trong vườn hoa.

この地域は下水が整備されていない。
This district has no sewage infrastructure.
这个地区没有配备下水道。
Khu vực này không được trang bị đường nước ngầm.

私は人混みは好きではない。
I don't like crowds.
我不喜欢人多拥挤之处。
Tôi không thích nơi đông người.

ここは人通りが少ない所だ。
This place sees little pedestrian traffic.
这里是来往行人很少的地方。
Đây là nơi có lượng người qua lại rất ít.

この付近にはコンビニがない。
There are no convenience stores around here.
这附近没有便利店。
Ở vùng xung quanh đây không có cửa hàng tiện lợi.

移動
いどう

□0233
鉄道
てつどう
▶ rail transport／铁路／Đường sắt

□0234
路線
ろせん
▶ route／路线／Tuyến đường
co バス路線(bus route／巴士路线／Tuyến đường xe bus)

□0235
跡
あと
▶ ruins／遗迹／Dấu tích

□0236
終点
しゅうてん
▶ terminus／终点站／Điểm cuối

□0237
乗客
じょうきゃく
▶ passenger／乘客／Hành khách

□0238
標識
ひょうしき
▶ sign／标志／Biển báo
co 道路標識(road sign／路标／Biển báo đường bộ)

□0239
矢印
やじるし
▶ arrow／箭头／Mũi tên

□0240
★**行方**
ゆくえ
▶ whereabouts／下落／Tung tích
co 行方不明(missing／下落不明／Không rõ tung tích)

Quick Review □塔 □扉 □場 □花壇 □下水 □人混み □人通り □付近

Movement
移动
Di chuyển

day 15

1 名詞

日本は鉄道が発達している。
Japan has an advanced rail transport industry.
日本的铁路很发达。
Ở Nhật Bản đường sắt đang rất phát triển.

この紙に、バスの路線と時刻が書いてある。
This sheet shows bus routes and times.
这张纸上写着巴士的路线和时间。
Trên tờ giấy này có ghi tuyến đường và thời gian của xe bus.

ここは昔の城の跡だ。
This is the ruins of an ancient castle.
这里是过去的城的遗迹。
Đây là dấu tích của lâu đài ngày xưa.

この電車の終点は東京駅です。
This train's terminus is Tokyo station.
这电车的终点站是东京车站。
Điểm cuối của tàu điện này là ga Tokyo.

夏休みで、新幹線の乗客が多い。
It's summer break and there are lots of bullet train passengers.
暑假新干线的乘客很多。
Vào kì nghỉ hè, hành khách đi Shinkansen rất đông.

道路の標識を見て、道を確認した。
I checked the road signs to make sure of where I was going.
看道路的标志确认了道路。
Tôi xác định đường sau khi nhìn biển báo trên đường.

矢印のとおりに進むと、パーティー会場に着く。
Follow the arrows to get to the party venue.
按着箭头方向前进，就会到达宴会会场。
Cứ đi theo mũi tên sẽ tới được hội trường tổ chức bữa tiệc.

子どもの行方がわからない。
I don't know the child's whereabouts.
不知道孩子的下落。
Tôi không biết tung tích của đứa trẻ đó.

2 する名詞

3 動詞

4 形容詞

5 副詞

6 その他

Day 16 学校(がっこう)

□0241 ★キャンパス
きゃんぱす
campus／校园／Khuôn viên

□0242 科目
かもく
subject／科目／Môn học

□0243 化学
かがく
chemistry／化学／Hóa học

□0244 ★学力
がくりょく
academic ability／学力／Học lực

□0245 答案
とうあん
exam paper／答案／Giấy ghi đáp án

□0246 選択肢
せんたくし
choice／选项／Lựa chọn

□0247 ★論文
ろんぶん
paper／论文／Luận văn
- 博士論文(はくしろんぶん) (doctoral dissertation／博士论文／Luận văn tiến sĩ)
- 卒業論文(そつぎょうろんぶん) (graduation thesis／毕业论文／Luận văn tốt nghiệp)

□0248 給食
きゅうしょく
school lunch／供给饮食／Cơm suất

Quick Review □鉄道 □路線 □跡 □終点 □乗客 □標識 □矢印 □行方

School
学校
Trường học

day 16

1 名詞

2 する名詞
3 動詞
4 形容詞
5 副詞
6 その他

この大学のキャンパスは広い。
This university has a large campus.
这所大学的校园很大。
Khuôn viên trường Đại học này rất rộng.

私の得意な科目は数学です。
Math is my best subject.
我擅长的科目是数学。
Môn học mà tôi giỏi nhất là Toán.

父は高校で化学を教えている。
My dad teaches chemistry at a high school.
父亲在高中教化学。
Cha tôi đang dạy hóa học ở trường cấp 3.

近所の高校に入りたいが、学力が足りない。
I want to go to the high school near my house but don't have the academic ability.
我想进附近的高中，但是学力不够。
Tôi muốn vào học ở trường cấp 3 gần đây, nhưng học lực không đủ.

先週のテストの答案が返された。
Last week's exam papers came back.
上周考试的答案发回来了。
Giấy ghi đáp án của bài kiểm tra tuần trước đã được trả.

これは、3つの選択肢から正しいものを1つ選ぶ問題です。
This problem has you choose the correct answer from among three choices.
这是从3个选项中选择1个正确选项的问题。
Đây là câu hỏi chọn 1 đáp án đúng từ 3 lựa chọn.

大学生の兄は今、論文を書いている。
My brother is writing a paper right now as a college student.
大学生的哥哥现在在写论文。
Anh trai đang học đại học của tôi đang viết luận văn.

小学生の頃、毎日の給食が楽しみだった。
I always looked forward to the school lunches when I was in grade school.
小学时，对每天的供给饮食都很期待。
Khi học tiểu học, tôi rất thích cơm suất ở trường hàng ngày.

書物
しょもつ

□0249
書物
しょもつ
▶ book／书／Sách vở

≒ 本

□0250
著者
ちょしゃ
▶ author／作者／Tác giả

≒ 筆者

□0251
筆者
ひっしゃ
▶ writer／撰写者／Ký giả

≒ 著者

□0252
読者
どくしゃ
▶ reader／读者／Độc giả

□0253
原稿
げんこう
▶ manuscript／草稿／Bản thảo

関 原稿用紙（manuscript paper／草稿纸／Giấy viết bản thảo）

□0254
文献
ぶんけん
▶ bibliographic resources／文献／Tài liệu

□0255
見出し
みだし
▶ headline／标题／Tiêu đề

□0256
目次
もくじ
▶ table of contents／目录／Mục lục

Quick Review　□キャンパス　□科目　□化学　□学力　□答案　□選択肢　□論文　□給食

Books
书
Sách vở

🔊 day 16

1 名詞
2 する名詞
3 動詞
4 形容詞
5 副詞
6 その他

その博物館（はくぶつかん）では、昔（むかし）の書物（しょもつ）を展示（てんじ）している。
That museum has old books on display.
那家博物馆展示着以前的书。
Bảo tàng đó trưng bày sách vở từ thời xa xưa.

本（ほん）の著者（ちょしゃ）からサインをもらった。
I got a signature from the book's author.
从书的作者那里得到了签名。
Tôi nhận được chữ kí từ tác giả của cuốn sách.

このコラムの筆者（ひっしゃ）の意見（いけん）は面白（おもしろ）い。
The writer of this column has interesting views.
这个栏目的撰写者的意见很有意思。
Ý kiến của ký giả chuyên mục này rất thú vị.

この雑誌（ざっし）の読者（どくしゃ）は主（おも）に若（わか）い女性（じょせい）です。
Women are the primary readers of this magazine.
这杂志的读者主要是年轻的女性。
Độc giả của tạp chí này chủ yếu là các cô gái trẻ.

今日（きょう）は一日（いちにち）、小説（しょうせつ）の原稿（げんこう）を書（か）いて過（す）ごした。
I spent all day today writing the manuscript for a novel.
今天一天就在小说草稿的写作中度过。
Tôi đã dành cả ngày hôm nay để viết bản thảo tiểu thuyết.

論文（ろんぶん）を書（か）くために、たくさんの文献（ぶんけん）を読（よ）んだ。
I read a number of bibliographic resources when writing the paper.
为了写论文而看了大量文献。
Tôi đã đọc rất nhiều tài liệu để viết luận văn.

新聞（しんぶん）の見出（みだ）しだけを読（よ）んだ。
I only read the newspaper headlines.
只看了报纸的标题。
Tôi chỉ đọc tiêu đề của báo.

目次（もくじ）を見（み）て、この本（ほん）は面白（おもしろ）そうだと思（おも）った。
I looked at the table of contents and thought the book would be interesting.
看了目录，感觉这本书很有趣。
Nhìn mục lục của quyển sách, tôi nghĩ nó có vẻ thú vị.

Day 17 学問・思考・思想
<small>がくもん・しこう・しそう</small>

☐ 0257
意義 (いぎ)
▶ meaning ／ 意义 ／ Ý nghĩa
≒ 意味 (いみ)

☐ 0258
主義 (しゅぎ)
▶ principle ／ 主义 ／ Chủ nghĩa
⊕ 民主主義 (みんしゅしゅぎ) (democracy ／ 民主主义 ／ Chủ nghĩa dân chủ)
⊕ 資本主義 (しほんしゅぎ) (capitalism ／ 资本主义 ／ Chủ nghĩa tư bản)

☐ 0259
価値観 (かちかん)
▶ sense of values ／ 价值观 ／ Giá trị quan

☐ 0260
思想 (しそう)
▶ ideas ／ 思想 ／ Tư tưởng

☐ 0261
頭脳 (ずのう)
▶ intellect ／ 头脑 ／ Đầu óc

☐ 0262
知能 (ちのう)
▶ intelligence ／ 智能 ／ Trí tuệ
⊕ 知能指数 (ちのうしすう) (intelligence quotient ／ 智商 ／ Chỉ số trí tuệ)
⊕ 人工知能 (じんこうちのう) (artificial intelligence ／ 人工智能 ／ Trí tuệ nhân tạo)

☐ 0263
哲学 (てつがく)
▶ philosophy ／ 哲学 ／ Triết học

☐ 0264
説 (せつ)
▶ theory ／ 说法 ／ Cách giải thích

Quick Review　☐書物　☐著者　☐筆者　☐読者　☐原稿　☐文献　☐見出し　☐目次

Study, thinking, thought
学問、思考、思想
Học tập - Suy nghĩ - Tư tưởng

day 17

1 名詞

私は、目標に向かって努力することに、人生の意義があると思う。
I believe the meaning of life is working towards goals.
我觉得朝着目标努力的人生很有意义。
Tôi nghĩ việc nỗ lực hướng tới mục tiêu là ý nghĩa của cuộc sống.

山田さんは結婚しない主義だ。
Mr. Yamada will not get married on principle.
山田先生是不婚主义。
Anh Yamada là người theo chủ nghĩa độc thân.

私は、価値観の似ている人と結婚したい。
I want to marry someone with a similar sense of values.
我想和价值观相似的人结婚。
Tôi muốn kết hôn với người có cùng giá trị quan.

その男は危険な思想を持っている。
That man has dangerous ideas.
那个男人有危险的思想。
Người đàn ông đó có tư tưởng rất nguy hiểm.

木村さんは優秀な頭脳を持っている。
Mrs. Kimura has a superior intellect.
木村先生拥有优秀的头脑。
Anh Mori có đầu óc ưu tú.

人間は高い知能を持っている。
Humans have high intelligence quotients.
人类具有高智能。
Con người có trí tuệ rất siêu việt.

私は大学で哲学を専攻している。
My college major is philosophy.
我在大学主修哲学。
Tôi theo học chuyên ngành triết học ở trường đại học.

その問題には、いろいろな説がある。
There are a number of theories about that problem.
对那个问题有各种各样的说法。
Có nhiều cách giải thích cho vấn đề này.

---

2 する名詞

3 動詞

4 形容詞

5 副詞

6 その他

学問・思考・思想

□0265
★分野
ぶんや

field／領域／Lĩnh vực

≒ 専門分野(field of specialization／专业领域／Lĩnh vực chuyên môn)

□0266
用語
ようご

term／用语／Thuật ngữ

≒ 専門用語(jargon／专业用语／Thuật ngữ chuyên môn)

□0267
焦点
しょうてん

focus／焦点／Tiêu điểm

□0268
要点
ようてん

key point／要点／Điểm trọng yếu

≒ ポイント

□0269
前者
ぜんしゃ

former／前者／Cái trước

⇔ 後者(latter／后者／Cái sau)

□0270
問い
とい

question／问题／Câu hỏi
≒ 質問 (question／问题／Câu hỏi)
⇔ 答え(answer／答案／Câu trả lời)
動 問う

□0271
ヒント
ひんと

hint／提示／Gợi ý

□0272
公式
こうしき

formula／公式／Công thức

Quick Review　□意義　□主義　□価値観　□思想　□頭脳　□知能　□哲学　□説

day 17

1 名詞

田中(たなか)さんは、さまざまな分野(ぶんや)で活躍(かつやく)している。
Mr. Tanaka works in a range of fields.
田中先生活跃于各种领域。
Anh Tanaka hoạt động ở rất nhiều lĩnh vực khác nhau.

この本(ほん)は、専門的(せんもんてき)な用語(ようご)が多(おお)くて、読(よ)みにくい。
This book is hard to read for all the specialized terms.
这本书，专业用语很多很难读。
Quyển sách này có nhiều thuật ngữ chuyên môn nên rất khó đọc.

わかりやすくするために、話(はなし)の焦点(しょうてん)を絞(しぼ)った。
I narrowed the focus of the subject to make it easier to understand.
为了简明易懂而集中了话题的焦点。
Để cho dễ hiểu thì tôi đã tập trung vào tiêu điểm của câu chuyện.

要点(ようてん)をまとめて話(はな)してください。
Please give me the key points.
请把要点归纳好说出来。
Hãy nói một cách tóm tắt về các điểm trọng yếu.

日本語(にほんご)と中国語(ちゅうごくご)、前者(ぜんしゃ)も後者(こうしゃ)も漢字(かんじ)を使(つか)う言語(げんご)だ。
With Japanese and Chinese, both the former and the latter are languages that use Chinese characters.
日语和中文，前者和后者都是使用汉字的语言。
Tiếng Nhật và Tiếng Trung, cả cái trước và cái sau đều là ngôn ngữ sử dụng chữ Hán.

(テストなどで)次(つぎ)の問(と)いに答(こた)えなさい。
(On a test) Please answer the following question.
(在考试等中)请回答接下来的问题。
(Trong bài kiểm tra) Hãy trả lời câu hỏi tiếp theo.

この問題(もんだい)は難(むずか)しいので、ヒントを下(くだ)さい。
This problem is hard—please give me a hint.
这个问题很难，请给提示。
Bài này khó quá nên hãy cho tôi gợi ý đi.

数学(すうがく)の公式(こうしき)を暗記(あんき)した。
I memorized mathematical formulas.
背了数学公式。
Tôi đã ghi nhớ các công thức toán học.

---

2 する名詞
3 動詞
4 形容詞
5 副詞
6 その他

Day 18

仕事・技術・産業

□0273
職人
しょくにん
craftsman／手艺人／Thợ

□0274
テクニック
てくにっく
technique／技巧／Kỹ năng
≒ 技術

□0275
こつ
こつ
trick／要领／Thủ thuật

□0276
能率
のうりつ
efficiency／效率／Năng suất
≒ 効率（efficiency／效率／Hiệu suất）

□0277
ベテラン
べてらん
veteran／老手／Kỳ cựu
⇔ 新人（new employee／新人／Người mới）

□0278
キャリア
きゃりあ
career／职业生涯／Sự nghiệp

□0279
★**働き**
はたらき
work／工作／Công việc

□0280
★**方針**
ほうしん
course／方针／Chính sách

Quick Review　□分野　□用語　□焦点　□要点　□前者　□問い　□ヒント　□公式

Work, technology, industry
工作、技术、产业
Công việc - Kĩ thuật - Sản xuất

day 18

1 名詞
2 する名詞
3 動詞
4 形容詞
5 副詞
6 その他

私の父はお菓子を作る職人です。
My father is a craftsman who makes confections.
我父亲是做点心的手艺人。
Cha tôi là thợ làm bánh kẹo.

林さんのピアノのテクニックは素晴らしい。
Mrs. Mori has exceptional technique on the piano.
林先生的钢琴技巧很好。
Kỹ năng chơi piano của anh Mori rất tuyệt.

ケーキを上手に焼くこつを知りたい。
I want to know the trick to baking cakes well.
我想知道把蛋糕烤好的要领。
Tôi muốn biết thủ thuật để nướng bánh ngon.

疲れた時は、おやつを食べると仕事の能率が上がる。
Eating snacks boosts my efficiency at work when I'm tired.
累了的时候，吃点心会提高工作效率。
Lúc nào mệt, cứ ăn đồ ăn vặt là năng suất làm việc sẽ tăng.

ベテランの社員は仕事が早い。
Veteran employees work quickly.
职场老手工作很快。
Các nhân viên kỳ cựu làm việc rất nhanh chóng.

私は自分のキャリアについて考えている。
I am thinking about my career.
我在思考自己的职业生涯。
Tôi đang suy nghĩ về sự nghiệp của bản thân.

会社での働きが評価されて、給料が上がった。
I was recognized for good work at the company and got a raise.
在公司的工作得到好评，工资提高了。
Công việc của tôi ở công ty được đánh giá tốt nên lương được tăng lên.

社長が代わって、会社の方針も変わった。
The change of presidents changed the course of the company.
社长更迭，公司的方针也改变了。
Giám đốc khác lên thay nên chính sách của công ty cũng thay đổi.

仕事・技術・産業

□0281 業 (わざ)
work／工作／Kĩ thuật

□0282 漁 (りょう)
fishing／捕鱼／Việc đánh cá

□0283 定年 (ていねん)
retirement age／退休年龄／Tuổi nghỉ hưu
- 定年退職(retirement／退休／Nghỉ hưu)

□0284 ★構造 (こうぞう)
construction／结构／Cấu trúc

□0285 ★システム (しすてむ)
system／系统／Hệ thống

□0286 ★装置 (そうち)
system／装置／Thiết bị
- 実験装置(laboratory device／实验装置／Thiết bị thực nghiệm)
- 安全装置(safety system／安全装置／Trang thiết bị an toàn)

□0287 人工 (じんこう)
man-made／人工／Nhân tạo
- ⇔自然(natural／自然／Tự nhiên)
- 人工的(artificial／人工的／Có tính nhân tạo)
- 人工衛星(satellite／人造卫星／Vệ tinh nhân tạo)

□0288 メカニズム (めかにずむ)
mechanism／机理／Cơ chế

Quick Review　□職人　□テクニック　□こつ　□能率　□ベテラン　□キャリア　□働き

day 18

カメラマンが撮った写真は美しく、さすがプロの業だと思った。
His photographs were gorgeous—truly the work of a professional cameraman.
摄影师拍的照片很美，真不愧是专家的工作。
Các bức ảnh được thợ ảnh chụp rất đẹp, quả nhiên là kĩ thuật chuyên nghiệp.

台風が近付いているので、漁に出るのはやめた。
With the approaching typhoon, we canceled the fishing trip.
因为台风临近，所以不去捕鱼了。
Vì bão đã tới gần nên tôi đã ngừng việc đánh cá.

夫は来年、定年を迎える。
My husband will reach retirement age next year.
丈夫明年要迎来退休年龄了。
Chồng tôi sẽ tới tuổi nghỉ hưu vào năm sau.

この建物は、地震に強い構造をしている。
This building's construction is resistant to earthquakes.
这建筑物是抗震结构的。
Tòa nhà này có cấu trúc vững chắc chống được động đất.

ウイルスがコンピューターのシステムを壊した。
A virus destroyed the computer system.
病毒破坏了电脑系统。
Virus đã phá hủy hệ thống máy tính.

先生が実験の装置を準備している。
My teacher is preparing a laboratory system.
老师在准备实验装置。
Giáo viên đang chuẩn bị thiết bị thực nghiệm.

ダム建設によって、人工の湖が造られた。
A man-made lake resulted from building the dam.
因为水坝的建设而建造了人工湖。
Một cái hồ nhân tạo đã được tạo ra để xây dựng đập nước.

ガンが発生するメカニズムが解明されてきた。
Light has been shed on the mechanisms of cancer genesis.
癌症发生的机理被阐明了。
Cơ chế gây ra ung thư đã được sáng tỏ.

☐ 方針

Day 19

仕事・技術・産業

□0289
プロセス
ぷろせす

process／过程／Quá trình

□0290
★履歴
りれき

history／履历／Lịch sử

履歴書(resume／简历／Sách lịch sử)

□0291
オリジナリティー
おりじなりてぃー

originality／独创性／Sự sáng tạo

□0292
特性
とくせい

feature／特性／Đặc tính

□0293
品
しな

gift／物品／Đồ

□0294
品質
ひんしつ

quality／质量／Chất lượng

□0295
新型
しんがた

late model／新型／Đời mới

□0296
★水準
すいじゅん

level／水准／Trình độ

Quick Review　□業　□漁　□定年　□構造　□システム　□装置　□人工　□メカニズム

day19

1 名詞

会議で、新製品開発のプロセスを説明した。
At the meeting, he explained the process whereby new products are developed.
在会议上说明了新产品开发的过程。
Ở cuộc họp tôi đã thuyết minh quá trình phát triển sản phẩm mới.

インターネットで検索すると、その履歴が残る。
A history is kept of your Internet search results.
在网上搜索的话，会留下履历。
Khi tìm kiếm trên internet sẽ lưu lại lịch sử tìm kiếm.

この作品にはオリジナリティーがある。
This product has originality.
这作品很有独创性。
Tác phẩm này có sự sáng tạo.

ホームページに製品の特性が書いてある。
The website details product features.
主页上写着产品的特性。
Đặc tính của sản phẩm được ghi ở trên trang chủ.

結婚した友人にお祝いの品を送った。
I sent a celebratory gift to a friend who got married.
向结婚的朋友送了祝贺的物品。
Tôi đã gửi đồ mừng đám cưới cho bạn tôi.

品質の良いものは値段も高い。
High-quality things are highly-priced.
质量好的东西价格也贵。
Những đồ có chất lượng tốt thì giá sẽ cao.

新型のテレビを買った。
I purchased a late model TV.
买了新型的电视。
Tôi đã mua một cái tivi đời mới.

この自動車メーカーの技術は、世界最高の水準だ。
This carmaker's technologies are at a world-class level.
这汽车制造厂家的技术，属于世界最高水准。
Trình độ kĩ thuật của nhà sản xuất ô tô này là đứng đầu thế giới.

2 する名詞
3 動詞
4 形容詞
5 副詞
6 その他

仕事・技術・産業

□0297
性能
せいのう

performance／性能／Tính năng

≒ 機能(きのう)

□0298
成分
せいぶん

component／成分／Thành phần

□0299
★**効用**
こうよう

effect／功效／Công dụng

≒ 効果(こうか)

□0300
電波
でんぱ

signal／电波／Sóng điện

□0301
電流
でんりゅう

electrical current／电流／Dòng điện

□0302
原子力
げんしりょく

nuclear energy／原子能／Năng lượng nguyên tử

⊕ 原子力発電(げんしりょくはつでん)(nuclear power generation／原子能发电／Điện nguyên tử)

□0303
燃料
ねんりょう

fuel／燃料／Nhiên liệu

□0304
濃度
のうど

concentration／浓度／Nồng độ

Quick Review　□プロセス　□履歴　□オリジナリティー　□特性　□品　□品質　□新型

day 19

1 名詞

最近の洗濯機は性能がいい。
Washing machines in recent years have good washing performance.
最近的洗衣机性能很好。
Gần đây tính năng của máy giặt rất tốt.

この化粧品の成分は、全て表示されている。
All of the cosmetic's components are shown.
这化妆品的成分,全部都标明了。
Tất cả thành phần của mỹ phẩm này đều được biểu thị.

この薬は風邪に効用がある。
This medicine is effective for colds.
这药对感冒有功效。
Thuốc này có công dụng với bệnh cảm lạnh.

ここは、携帯電話の電波が入らない。
I can't get a cell phone signal here.
在这里,手机无法接收电波。
Ở đây điện thoại di động không thể nhận được sóng điện.

水に電流を流す実験をした。
I ran electrical current through the water as an experiment.
做了向水通电流的实验。
Tôi đã làm thực nghiệm chạy dòng điện trong nước.

原子力は発電に利用されている。
Nuclear energy is used in power generation.
原子能被用于发电。
Năng lượng nguyên tử được sử dụng để phát điện.

この発電所では、ゴミを燃料にして電気を作っている。
This power plant makes electricity using trash as a fuel.
这个发电站,把垃圾作为燃料来发电。
Nhà máy phát điện này sử dụng rác làm nhiên liệu để sản xuất điện.

ビールはアルコールの濃度があまり高くない。
Beer has a rather low alcohol concentration.
啤酒的酒精浓度不太高。
Nồng độ cồn trong bia không cao lắm.

☐ 水準

Day 20 組織・グループ

0305 民族 (みんぞく)
ethnic group ／ 民族 ／ Dân tộc

0306 体制 (たいせい)
structure ／ 体制 ／ Thể chế

0307 委員 (いいん)
committee member ／ 委員 ／ Ủy viên

関連 委員会 (いいんかい) (committee ／ 委員会 ／ Ủy ban)

0308 国立 (こくりつ)
national ／ 国立 ／ Quốc lập

対 私立 (しりつ) (private ／ 私立 ／ Tư lập)

0309 ★式 (しき)
ceremony ／ 儀式 ／ Lễ

0310 ★賞 (しょう)
award ／ 奨 ／ Giải thưởng

0311 ブーム (ぶーむ)
boom ／ 热潮 ／ Sự bùng nổ

≒ 流行 (りゅうこう)(する)

0312 名簿 (めいぼ)
names list ／ 名単 ／ Danh sách

Quick Review □性能 □成分 □効用 □電波 □電流 □原子力 □燃料 □濃度

Organizations, groups
组织、集团
Tổ chức - Nhóm

day20

1 名詞
2 する名詞
3 動詞
4 形容詞
5 副詞
6 その他

中国にはいろいろな民族がいる。
There are many different ethnic groups in China.
中国有各种各样的民族。
Ở Trung Quốc có rất nhiều dân tộc khác nhau.

わが社は、経営の体制を立て直さなければならない。
My company needs to rebuild its management structure.
我们公司必须重整经营体制。
Công ty chúng tôi phải xây dựng lại thể chế kinh doanh.

木村さんは委員の一人です。
Mr. Kimura is a committee member.
木村先生是委员之一。
Anh Kimura là một ủy viên.

国立の大学は、私立よりも学費が安い。
National universities have lower tuition than private ones.
国立大学的学费比私立便宜。
Trường đại học quốc lập thì học phí sẽ rẻ hơn tư lập.

結婚するが、式は挙げない予定だ。
I'll get married but I don't plan to have a ceremony.
虽然结婚，但不打算举行仪式。
Tôi sẽ kết hôn nhưng tôi định không tổ chức lễ.

母は歌のコンクールで賞を取った。
My mom got an award at the singing competition.
母亲在歌唱比赛中获了奖。
Mẹ tôi đã giành giải thưởng ở cuộc thi hát.

韓国ドラマがブームになった。
South Korean dramas are booming.
韩国电视剧成了热潮。
Phim truyền hình Hàn Quốc đã trở thành sự bùng nổ.

クラスの名簿を作った。
I made a names list for the class.
制作了班级的名单。
Tôi đã làm danh sách lớp.

組織・グループ

0313 会合 (かいごう) — meeting／集会／Cuộc họp

0314 議題 (ぎだい) — agenda／议题／Chương trình nghị sự

0315 ★職員 (しょくいん) — staff member／职员／Cán bộ
⊕ 社員（しゃいん）(employee／社员／Nhân viên công ty)

0316 ★新人 (しんじん) — new employee／新人／Người mới
⇔ ベテラン(veteran／老手／Người kỳ cựu)

0317 人事 (じんじ) — human resources／人事／Nhân sự
⊕ 人事部（じんじぶ）(human resources department／人事部／Bộ phận nhân sự)

0318 ★地位 (ちい) — position／地位／Địa vị

0319 部署 (ぶしょ) — department／部门／Cương vị

0320 役目 (やくめ) — role／职责／Trách nhiệm
≒ 役割（やくわり）

Quick Review □民族 □体制 □委員 □国立 □式 □賞 □ブーム □名簿

day20

1 名詞

会合(かいごう)を開(ひら)いて意見交換(いけんこうかん)をした。
We held a meeting where we exchanged views.
召开集会交换了意见。
Mở cuộc họp để trao đổi ý kiến.

国会(こっかい)で農業(のうぎょう)に関(かん)する問題(もんだい)が議題(ぎだい)となった。
A problem concerning agriculture was put on the agenda for a Diet meeting.
国会上，农业问题成了议题。
Vấn đề liên quan tới nông nghiệp đã trở thành chương trình nghị sự tại Quốc hội.

森(もり)さんは大学(だいがく)の職員(しょくいん)です。
Mrs. Mori is a university staff member.
森先生是大学的职员。
Anh Mori là cán bộ của trường đại học.

会社(かいしゃ)に新人(しんじん)が入(はい)ってきた。
A new employee joined the company.
公司有新人加入。
Người mới đã vào công ty.

田中(たなか)さんは会社(かいしゃ)で人事(じんじ)の仕事(しごと)をしている。
Mr. Tanaka works in the company's human resources department.
田中先生在公司做人事的工作。
Anh Tanaka làm công việc về nhân sự ở công ty.

田中(たなか)さんは努力(どりょく)して今(いま)の地位(ちい)を得(え)た。
Mrs. Tanaka worked hard to get to the position she's at.
田中先生通过努力得到了现在的地位。
Anh Tanaka đã nỗ lực để có địa vị như bây giờ.

高橋(たかはし)さんはこの春(はる)から、担当(たんとう)する部署(ぶしょ)が変(か)わった。
Mrs. Takahashi has been working in a new department since this spring.
高桥先生从这个春天开始，负责的部门改变了。
Từ mùa xuân năm nay anh Takahashi đã thay đổi cương vị mà anh ấy phụ trách.

子(こ)どもを育(そだ)てることは親(おや)の役目(やくめ)だ。
Raising children is the role of parents.
养育孩子是父母的职责。
Nuôi dạy con là trách nhiệm của cha mẹ.

2 する名詞
3 動詞
4 形容詞
5 副詞
6 その他

Day 21　政府・組織
せいふ・そしき

□0321 **国家** (こっか)
nation／国家／Quốc gia
- 国家公務員 (public employee／国家公务员／Nhân viên chính phủ)
- 国家試験 (national exam／国家考试／Kỳ thi quốc gia)

□0322 ★**国会** (こっかい)
Diet／国会／Quốc hội
- 国会議員 (Diet member／国会议员／Nghị viên Quốc hội)

□0323 **政党** (せいとう)
political party／政党／Đảng

□0324 **機関** (きかん)
agency／机关／Cơ quan

□0325 ★**首相** (しゅしょう)
prime minister／首相／Thủ tướng

□0326 ★**大使** (たいし)
ambassador／大使／Đại sứ
- 大使館 (embassy／大使馆／Đại sứ quán)

□0327 ★**大臣** (だいじん)
minister／大臣／Bộ trưởng

□0328 **議員** (ぎいん)
member／议员／Nghị viên
- ≒ 政治家 (せいじか)
- 国会議員 (Diet member／国会议员／Nghị viên quốc hội)

Quick Review　□会合　□議題　□職員　□新人　□人事　□地位　□部署　□役目

Government, organizations
政府、组织
Chính phủ - Tổ chức

day21

1 名詞

2 する名詞

3 動詞

4 形容詞

5 副詞

6 その他

国家の安全に関わる問題が起きた。
A problem concerning national security has occurred.
发生了有关国家安全的问题。
Các vấn đề liên quan đến an ninh quốc gia đã xảy ra.

国会の前でデモが行われている。
People are protesting in front of the Diet building.
在国会前举行示威游行。
Biểu tình đang được diễn ra trước Quốc hội.

「あなたはどの政党を支持しますか」
"Which political party do you support?"
"你支持哪个政党?"
"Bạn ủng hộ Đảng nào."

外務省は国の機関だ。
The Ministry of Foreign Affairs is an agency of the state.
外务省是国家的机关。
Bộ Ngoại giao là cơ quan nhà nước.

首相の演説が行われた。
The prime minister gave a speech.
首相进行了演说。
Buổi diễn thuyết của Thủ tướng đã được diễn ra.

世界各国の大使がパーティーに出席した。
Ambassadors from around the world attended the party.
世界各国的大使出席了聚会。
Đại sứ của các nước trên thế giới đã tham gia bữa tiệc.

大使は、大臣を夕食会に招いた。
The ambassador invited the minister to a dinner.
大使邀请大臣参加晚宴。
Đại sứ đã mời Bộ trưởng tới một bữa tiệc tối.

日本の国会は、女性の議員の数が少ない。
Japan's Diet has few female members.
日本国会中女性议员数量很少。
Số nghị viên nữ của Quốc hội Nhật Bản là không nhiều.

政府・組織
せいふ そしき

□0329
★**候補**
こうほ

candidate／候选人／Ứng cử viên

□0330
公共
こうきょう

public／公共／Công cộng

□0331
★**制度**
せいど

system／制度／Chế độ

□0332
★**福祉**
ふくし

social welfare／福利／Phúc lợi

□0333
軍隊
ぐんたい

military／军队／Quân đội

□0334
外交
がいこう

diplomacy／外交／Ngoại giao

⊕ 外交官（がいこうかん）(diplomat／外交官／Nhà ngoại giao)

□0335
民間
みんかん

private／私营／Tư nhân

⊕ 民間企業（みんかんきぎょう）(private enterprise／私营企业／Doanh nghiệp tư nhân)

□0336
世論
よろん

public opinion／舆论／Dư luận

Quick Review □国家 □国会 □政党 □機関 □首相 □大使 □大臣 □議員

day21

1 名詞

大統領の候補のスピーチを聞いた。
I listened to a speech given by a presidential candidate.
听了总统候选人的演讲。
Tôi đã nghe bài phát biểu của các ứng cử viên cho chức vụ Tổng thống.

日本は公共の乗り物が発達している。
Japan has a well-developed public transportation system.
日本的公共交通工具很发达。
Ở Nhật Bản phương tiện giao thông công cộng đang rất phát triển.

大学入学試験の新しい制度が始まった。
The university implemented a new entrance exam system.
大学入学考试的新制度开始了。
Bắt đầu áp dụng chế độ mới cho kỳ thi vào đại học.

この国は福祉が充実している。
This country has a robust social welfare system.
这个国家的福利很丰厚。
Đất nước này có phúc lợi rất đầy đủ.

ほとんどの国は軍隊を持っている。
Almost every country has a military.
几乎所有的国家都拥有军队。
Hầu hết các nước đều có quân đội.

国際問題は、戦争ではなく外交で解決すべきだ。
International problems should be resolved through diplomacy not war.
国际问题不应该用战争解决，而应该通过外交解决。
Các vấn đề quốc tế phải được giải quyết bằng ngoại giao chứ không phải bằng chiến tranh.

山田さんは民間の会社に勤めている。
Mr. Tanaka works for a private enterprise.
山田先生在私营公司工作。
Anh Yamada đang làm ở công ty tư nhân.

政府は世論を無視すべきではない。
Governments should not ignore public opinion.
政府不应该无视舆论。
Chính phủ không được bỏ qua dư luận.

2 する名詞

3 動詞

4 形容詞

5 副詞

6 その他

Day 22

経済(けいざい)

☐0337 資本 (しほん)
capital／资本／Vốn

⑩ 資本金(しほんきん) (capital／资本金／Tiền vốn)

☐0338 ★需要 (じゅよう)
demand／需求／Nhu cầu

⇔ 供給(きょうきゅう) (supply／供给／Sự cung cấp)

☐0339 総額 (そうがく)
grand total／总额／Tổng số tiền

☐0340 兆 (ちょう)
trillion／兆／Nghìn tỷ

☐0341 円高 (えんだか)
yen appreciation／日元汇价高／Sự tăng giá của đồng Yên

⇔ 円安(えんやす) (yen depreciation／日元汇价低／Sự hạ giá của đồng Yên)

☐0342 通貨 (つうか)
currency／货币／Ngoại tệ

≒ (お)金(かね)

☐0343 紙幣 (しへい)
banknote／纸币／Tiền tệ

≒ (お)札(さつ)

☐0344 札 (さつ)
bill／纸币／Tiền giấy

≒ 紙幣(しへい)

Quick Review　☐候補　☐公共　☐制度　☐福祉　☐軍隊　☐外交　☐民間　☐世論

economy
经济
Kinh tế

day22

1 名詞

ビジネスには資本(しほん)が必要(ひつよう)だ。
Businesses need capital.
商业必须有资本。
Trong kinh doanh, vốn là cần thiết.

この辺(へん)は電車(でんしゃ)やバスが少(すく)ないので、車(くるま)の需要(じゅよう)が多(おお)い。
There are few trains and buses around here so automobile demand is high.
这一带电车和巴士很少，所以对车的需求很大。
Vùng này rất ít tàu điện và xe buýt, vì vậy nhu cầu về xe ô tô là rất nhiều.

旅行(りょこう)にかかった費用(ひよう)の総額(そうがく)は約(やく)20万円(まんえん)だった。
The trip cost a grand total of around ¥200,000.
旅行所需的费用总额约为20万日元。
Tổng số tiền chi phí đã dùng cho chuyến du lịch là khoảng 200 nghìn Yên.

その政策(せいさく)を実施(じっし)するには、1兆円(いっちょうえん)の費用(ひよう)がかかる。
Implementing the policy will cost ¥1 trillion.
要实行那个政策，需要1兆日元的费用。
Thực hiện chính sách này sẽ tốn chi phí là 1 nghìn tỷ Yên.

世界経済(せかいけいざい)の影響(えいきょう)で、今週(こんしゅう)は円高(えんだか)が進(すす)んだ。
The world economy caused appreciation of the yen this week.
由于世界经济的影响，这周日元汇价高的情况进一步加剧了。
Do ảnh hưởng của kinh tế thế giới, tuần này sự tăng giá của đồng Yên vẫn tiếp tục.

日本(にほん)の通貨(つうか)は「円(えん)」です。
The currency of Japan is the "yen".
日本的货币是"日元"。
Ngoại tệ Nhật Bản là "Yên".

日本(にほん)の紙幣(しへい)は日本銀行(にほんぎんこう)が発行(はっこう)している。
Japan's banknotes are issued by the Bank of Japan.
日本的纸币是由日本银行发行的。
Tiền tệ của Nhật sẽ do ngân hàng Nhật Bản phát hành.

この自動販売機(じどうはんばいき)は、(お)札(さつ)が使(つか)えない。
This vending machine doesn't take bills.
这自动售货机不能使用纸币。
Máy bán hàng tự động này không dùng tiền giấy.

経済
けいざい

□0345
定価
てい か

list price ／定价／ Mức giá

□0346
★ **額**
がく

amount ／金額／ Số tiền

≒ 金額
きんがく

□0347
赤字
あか じ

the red ／赤字／ Thâm hụt

⇔ 黒字(the black ／黑字／ Thặng dư)
くろ じ

□0348
★ **売り上げ**
う り あ げ

sales ／销售额／ Doanh thu

□0349
業者
ぎょう しゃ

company ／行业人员／ Người kinh doanh

⊚ 販売業者(vendor ／销售商／ Người buôn bán)
はんばいぎょうしゃ

□0350
★ **メーカー**
め ー か ー

manufacturer ／厂家／ Nhà sản xuất

□0351
手数料
て すう りょう

fee ／手续费／ Lệ phí

□0352
売り手
う り て

seller ／卖方／ Người bán

⇔ 買い手(buyer ／买方／ Người mua)
か て

Quick Review　□資本　□需要　□総額　□兆　□円高　□通貨　□紙幣　□札

この本は定価1,400円です。
This book has a list price of ¥1,400.
这本书定价为1,400日元。
Cuốn sách này có mức giá là 1400 Yên.

恋人に給料の額を聞かれた。
My girlfriend asked me about the amount I make.
被恋人问了工资的金额。
Tôi bị người yêu hỏi về số tiền lương.

不景気のせいで、わが社は赤字が続いている。
Our company continues to be in the red due to the recession.
由于不景气，我们公司赤字现象持续。
Do khủng hoảng mà công ty tôi tiếp tục bị thâm hụt.

今月は店の売り上げが少なかった。
The store had poor sales this month.
本月店铺的销售额很少。
Tháng này, cửa hàng có doanh thu ít.

引っ越しの時、ピアノを運ぶのは専門の業者に頼んだ。
When I moved, I hired a specialized company to move my piano.
搬家时，钢琴委托了专门的行业人员进行搬运。
Khi chuyển nhà, tôi đã nhờ người kinh doanh chuyên ngành việc vận chuyển chiếc piano.

パソコンの調子が悪いので、メーカーに問い合わせた。
My computer was acting up so I contacted the manufacturer.
电脑状态不好，于是咨询了厂家。
Tình trạng chiếc máy tính không tốt nên tôi đã hỏi nhà sản xuất.

チケットのキャンセルには手数料がかかります。
There's a fee for canceling tickets.
取消票需要支付手续费。
Việc hủy vé sẽ mất lệ phí.

売り手は、できるだけ多くもうけたいと考えるものだ。
Sellers want to make as much profit as possible.
卖方是尽可能想多赚钱的。
Người bán là người muốn kiếm lời càng nhiều càng tốt.

Day 23

経済（けいざい）

□0353 メリット (めりっと)
▶ benefit／好处／Ưu điểm

□0354 年金 (ねんきん)
▶ pension／养老金／Tiền hưu trí

□0355 保険 (ほけん)
▶ insurance／保险／Bảo hiểm

□0356 ★率 (りつ)
▶ share／比率／Tỷ lệ
≒ 割合（わりあい）
⓪ 出生率（しゅっしょうりつ）(birth rate／出生率／Tỷ lệ sinh)

□0357 横ばい (よこばい)
▶ level／持平／Ngang bằng

□0358 得 (とく)
▶ bargain／合算／Lãi
⇔ 損（そん）(loss／吃亏／Lỗ)

□0359 ★データ (でーた)
▶ data／数据／Dữ liệu

□0360 ★株 (かぶ)
▶ stock／股票／Cổ phiếu

Quick Review □定価 □額 □赤字 □売り上げ □業者 □メーカー □手数料

day23

1 名詞

銀行に預金しても、利子が少なければメリットがない。
There's no benefit to keeping savings in a bank that pays little interest.
即使把钱存在银行，如果利息少也没有好处。
Gửi tiền ở ngân hàng nhưng lãi suất thấp thì cũng chẳng có ưu điểm gì.

両親は年金で生活している。
My parents are living off their pension.
父母在依靠养老金生活。
Bố mẹ sinh hoạt bằng tiền hưu trí.

保険に入っていたので、入院の時、お金がおりた。
I had insurance so I got money when I was hospitalized.
因为加入了保险，所以入院时，保险金发下来了。
Vì đã đóng bảo hiểm nên khi vào viện thì chi phí cũng thấp hơn.

わが家は、家計のうち食費が占める率が高い。
Food accounts for a large share of our household expenditure.
在我家，饭费占了家计中很高的比率。
Ở nhà tôi, tiền ăn chiếm tỷ lệ cao trong tổng chi tiêu gia đình.

失業者の数は、前月と変わらず横ばいを続けている。
The number of jobless remains level with the number last month.
失业者的人数与上个月一样，继续持平。
Số người thất nghiệp so với tháng trước không thay đổi, tiếp tục ngang bằng.

セールで、1着分の金額で2着も買えて、得をした。
I got a bargain in the sale, getting two pants for the price of one.
在大甩卖中，以1件衣服的价钱买了2件衣服，真合算。
Vì giảm giá nên với số tiền để mua 1 bộ thì có thể mua 2 bộ, chúng tôi đã được lãi.

パソコンでデータを入力して、表やグラフを作った。
With a computer, I input the data and created tables and graphs.
在电脑上输入数据，制作表格和图表。
Nhập dữ liệu và tạo bảng hay biểu đồ bằng máy tính cá nhân.

林さんは、株の売買でもうけているらしい。
I hear Mr. Mori is making money trading stocks.
林先生好像靠买卖股票发财了。
Có vẻ như anh Hayashi đang kiếm lời bằng việc mua bán cổ phiếu.

□売り手

2 する名詞
3 動詞
4 形容詞
5 副詞
6 その他

社会問題

□0361
災害 (さいがい)
disaster／灾害／Thảm họa

□0362
防災 (ぼうさい)
emergency management／防灾／Phòng chống thiên tai
⑨ 防災訓練(ぼうさいくんれん)(emergency management training／防灾训练／Luyện tập phòng chống thiên tai)

□0363
トラブル (とらぶる)
incident／纠纷／Rắc rối
≒ 騒ぎ(さわぎ)

□0364
苦情 (くじょう)
complaint／投诉／Khiếu nại
≒ 文句(もんく)

□0365
騒音 (そうおん)
noise／噪音／Tiếng ồn

□0366
戦場 (せんじょう)
battlefield／战场／Chiến trường

□0367
爆弾 (ばくだん)
bomb／炸弹／Bom

□0368
暴力 (ぼうりょく)
violence／暴力／Bạo lực

Quick Review □メリット □年金 □保険 □率 □横ばい □得 □データ □株

Social problems
社会问题
Vấn đề xã hội

day23

1 名詞

普段から災害に備えておく必要がある。
We need to always be prepared for disasters.
从平时就必须防备灾害。
Cần chuẩn bị sẵn cho thảm họa từ những lúc bình thường.

日本では、地震に備えて防災に取り組む必要がある。
In Japan we have to prepare for earthquakes through emergency management.
在日本有必要为地震做好防灾的准备。
Ở Nhật cần phải chuẩn bị cho động đất và học cách phòng chống thiên tai.

トラブルに巻き込まれてしまった。
I was involved in an incident.
被卷入了纠纷。
Bị cuốn vào rắc rối.

うちの犬がうるさいと、苦情を言われた。
Someone complained when my dog was barking.
有投诉说我家的狗很吵。
Con chó nhà tôi cứ ồn ào là bị khiếu nại.

うちは空港が近くて、騒音に悩まされている。
I live close to the airport and the noise bothers me.
我家离机场近，为噪音而烦恼。
Nhà tôi gần sân bay nên bị làm phiền bởi những tiếng ồn.

ここは昔、戦場だった。
Long ago, this was a battlefield.
这里以前是战场。
Ngày xưa, nơi đây là chiến trường.

飛行機から爆弾が落とされた。
A bomb was dropped out of the airplane.
从飞机上投下了炸弹。
Bom được thả xuống từ máy bay.

家庭内の暴力が社会問題になっている。
Domestic violence is a social problem.
家庭暴力已经成为社会问题。
Bạo lực trong gia đình đã trở thành vấn đề xã hội.

---

2 する名詞
3 動詞
4 形容詞
5 副詞
6 その他

Day 24 社会問題(しゃかいもんだい)

□0369 ★権利 けんり
right ／ 权利 ／ Quyền lợi

⇔ 義務(ぎむ)(obligation ／ 义务 ／ Nghĩa vụ)

□0370 人権 じんけん
human rights ／ 人权 ／ Nhân quyền

□0371 ジャーナリスト じゃーなりすと
journalist ／ 记者 ／ Ký giả

≒ 記者(きしゃ)

□0372 少子化 しょうしか
decrease in the number of children ／ 少子化 ／ Sự thiếu hụt dân số trẻ

□0373 出生率 しゅっしょうりつ
birth rate ／ 出生率 ／ Tỷ lệ sinh

□0374 盗難 とうなん
theft ／ 被盗 ／ Hành vi trộm cắp

□0375 リスク りすく
risk ／ 风险 ／ Rủi ro

□0376 ★欠陥 けっかん
defect ／ 缺陷 ／ Khuyết điểm

Quick Review □災害 □防災 □トラブル □苦情 □騒音 □戦場 □爆弾 □暴力

day24

1 名詞

子どもには、教育を受ける権利がある。
Children have the right to an education.
孩子有接受教育的权利。
Trẻ em có quyền lợi được hưởng sự giáo dục.

世界には、人権が守られていない子どもがたくさんいる。
The human rights of many children in the world are being violated.
世界上有很多人权得不到保护的孩子。
Trên thế giới, có rất nhiều trẻ em không được bảo vệ nhân quyền.

木村さんは有名なジャーナリストだ。
Mrs. Kimura is a famous journalist.
木村先生是有名的记者。
Anh Kimura là ký giả nổi tiếng.

日本は少子化が進んでいる。
Japan is seeing a decrease in its number of children.
日本少子化的现象不断加剧。
Nhật Bản đang tiến tới sự thiếu hụt dân số trẻ.

この国では出生率が下がり、少子化が問題になっている。
The declining birth rate and number of children is becoming a problem in this country.
这个国家出生率下降，少子化成为问题。
Tại đất nước này, tỷ lệ sinh giảm, sự thiếu hụt về dân số trẻ đang trở thành vấn đề.

自転車の盗難に遭った。
I was a victim of auto theft.
自行车被盗了。
Bắt gặp hành vi trộm cắp xe đạp.

成功のためにリスクを負わなければならない時もあると思う。
I believe risks must sometimes be taken to succeed.
我认为，为了成功有时也必须担负风险。
Có những lúc phải bất chấp rủi ro để thành công.

うちのマンションに欠陥が見つかった。
They found a structural defect with my condominium.
我们的公寓发现了缺陷。
Đã tìm ra khuyết điểm ở chung cư nhà tôi.

2 する名詞

3 動詞

4 形容詞

5 副詞

6 その他

空間・位置
くうかん・いち

□0377
中間 ちゅうかん
▶ in between／中间／Vị trí ở giữa

□0378
境 さかい
▶ boundary／交界／Biên giới

□0379
視界 しかい
▶ visibility／视野／Tầm nhìn

□0380
光景 こうけい
▶ sight／景象／Quang cảnh

□0381
★**高層** こうそう
▶ high-rise／高层／Cao tầng
🔗 高層ビル（high-rise building／高层建筑／Tòa nhà cao tầng）

□0382
★**周辺** しゅうへん
▶ area around／周边／Khu vực xung quanh
≒ 周囲 しゅうい

□0383
区域 くいき
▶ zone／区域／Khu vực

□0384
エリア えりあ
▶ area／地区／Khu vực

Quick Review　□権利　□人権　□ジャーナリスト　□少子化　□出生率　□盗難　□リスク

Space, position
空间、位置
Không gian - Vị trí

day24

1 名詞

この島は本州と九州の中間に位置している。
This island is located in between Honshu and Kyushu.
这座岛位于本州和九州的中间。
Hòn đảo này có vị trí ở giữa Honshuu và Kyuushuu.

村と村の境に川が流れている。
A river runs along the boundary between the villages.
村和村的交界处有河流流淌着。
Biên giới giữa làng này và làng kia có con sông chảy qua.

霧が出ているので、視界が悪い。
Visibility is poor due to the fog.
由于有雾，视野不好。
Có sương mù nên tầm nhìn rất kém.

この村では、ホタルが飛び回る光景が見られる。
In this village, you can catch sight of fireflies flying around.
在这村里可以看到萤火虫飞舞的景象。
Ở ngôi làng này có thể nhìn thấy quang cảnh đom đóm bay lượn.

駅前に高層のマンションが建っている。
There's a high-rise condominium in front of the station.
车站前建起了高层的公寓。
Trước nhà ga có một khu chung cư cao tầng.

駅の周辺は商店街があって、にぎやかだ。
There are bustling shopping districts in the area around the station.
车站的周边有商店街，很热闹。
Khu vực xung quanh nhà ga có khu phố thương mại rất nhộn nhịp.

この区域は駐輪禁止になっている。
This is a no bicycle parking zone.
这个区域禁止停放自行车。
Khu vực này cấm đỗ xe đạp.

営業で回るエリアを、広げたほうがいいだろう。
You should probably expand your sales area.
扩大营业走访的地区会比较好吧。
Nên mở rộng khu vực kinh doanh.

□欠陥

2 する名詞

3 動詞

4 形容詞

5 副詞

6 その他

Day 25 空間・位置
くうかん・いち

□0385 **先端** せんたん
tip／尖端／Phần đầu
≒ 先(さき)

□0386 **表面** ひょうめん
surface／表面／Bề mặt

□0387 **層** そう
layer／层／Tầng

□0388 **端** はし
corner／角／Mép

□0389 ★**段階** だんかい
stage／阶段／Giai đoạn

□0390 **先頭** せんとう
front／前头／Phía đầu
≒ トップ

□0391 **頂点** ちょうてん
top／顶点／Đỉnh cao
≒ トップ

□0392 **範囲** はんい
extent／范围／Phạm vi

Quick Review　□中間　□境　□視界　□光景　□高層　□周辺　□区域　□エリア

day25

1 名詞

この葉は先端がとがっていて、針のようだ。
With its pointed tip, this leaf is like a needle.
这叶子的尖端很尖，像针一样。
Phần đầu chiếc lá này nhọn như kim.

この石は、磨く前は表面がざらざらしていた。
This stone had a rough surface before it was polished.
这石头在打磨前表面很粗糙。
Hòn đá này trước khi mài có bề mặt sần sùi.

水と油が分かれ、2つの層になっている。
The water and oil have separated into two layers.
水和油分开，变成了2层。
Dầu và nước tách ra thành 2 tầng.

興味のあるページの、端を折っておく。
Fold over the corners of any interesting pages.
把感兴趣的书页的角折起。
Tôi gập mép của trang sách mình yêu thích lại.

今の段階では結果はわからない。
I don't have the results at this stage.
现阶段不知道结果。
Giai đoạn hiện tại thì chưa biết kết quả.

チームの先頭に立つのがリーダーだ。
The leader stands at the front of the team.
站在队伍前头的是队长。
Dẫn phía đầu đội chính là thủ lĩnh.

世界の頂点に立つことが目標だ。
My goal is to stand at the top of the world.
目标是站在世界的顶点。
Mục tiêu của tôi là đứng trên đỉnh cao thế giới.

自分のできる範囲でやるつもりだ。
I will do it to the extent of my ability.
打算在自己力所能及的范围内做。
Tôi dự định làm trong phạm vi khả năng của mình.

2 する名詞

3 動詞

4 形容詞

5 副詞

6 その他

空間・位置
（くうかん・いち）

□0393 ★ 奥 (おく)	back／深处／Đáy
□0394 ★ 間隔 (かんかく)	space／间隔／Khoảng cách
□0395 空間 (くうかん)	space／空间／Không gian
□0396 隙間 (すきま)	gap／缝隙／Khe hở
□0397 外部 (がいぶ)	off-site／外部／Bên ngoài
□0398 ★ 欄 (らん)	field／栏／Cột
□0399 ★ ポイント (ぽいんと)	key point／重点／Điểm chính ≒ 要点（ようてん）
□0400 順序 (じゅんじょ)	order／顺序／Thứ tự

Quick Review　□先端　□表面　□層　□端　□段階　□先頭　□頂点　□範囲

day25

1 名詞

引き出しの奥からお金が出てきた。
They found money in the back of a drawer.
从抽屉深处发现了钱。
Tôi lấy tiền từ đáy ngăn kéo ra.

机と机の間隔をもう少し空ける。
Put a little more space between the desks.
把桌子和桌子的间隔再稍微留出一些。
Mở rộng thêm khoảng cách giữa hai cái bàn.

「この空間をどのように使おうか」
"How should we use the space?"
"怎么使用这个空间？"
"Không gian này sẽ sử dụng như thế nào?"

窓の隙間から風が入ってくる。
Wind is coming in through a gap around the window.
透过窗户的缝隙风吹了进来。
Gió luồn qua khe hở cửa sổ vào phòng.

この資料は、外部に持ち出してはいけない。
Do not take these documents off-site.
这资料不可以带出外部。
Tài liệu này không được phép mang ra bên ngoài.

この欄には名前と住所を書いてください。
Write your name and address in this field.
请在这个栏中填写姓名和地址。
Hãy viết tên và địa chỉ vào cột này.

ポイントを押さえて、説明する。
Stick to key points when explaining.
抓住重点进行说明。
Hãy thuyết minh nhấn mạnh vào điểm chính.

この表は順序を入れ替えたほうがいい。
You should change the order of this table's elements.
这个表的顺序换一下比较好。
Thay đổi bảng theo thứ tự này sẽ tốt hơn.

2 する名詞

3 動詞

4 形容詞

5 副詞

6 その他

Day 26

空間・位置 (くうかん・いち)

No.	単語	意味
□0401	★**向き** (むき)	facing／方向／Chiều hướng
□0402	★**間** (ま)	time／时间／Thời gian
□0403	**源** (みなもと)	source／来源／Nguồn gốc
□0404	**面** (めん)	aspect／一面／Mặt
□0405	**外界** (がいかい)	outside world／外界／Bên ngoài
□0406	**現場** (げんば)	scene／现场／Hiện trường
□0407	★**よそ** (よそ)	elsewhere／别处／Nơi khác
□0408	★**元** (もと)	original／原来／Ban đầu

Quick Review　□奥　□間隔　□空間　□隙間　□外部　□欄　□ポイント　□順序

day26

まぶしいので、体の向きを変えた。
It was too bright, so I faced a different direction.
因为很耀眼，所以改变了身体的方向。
Chói quá nên tôi thay đổi chiều hướng của cơ thể.

バスが出発するまで、少し間がある。
There's a little time until the bus departs.
巴士出发前还有一点时间。
Vẫn còn một chút thời gian trước khi xe bus xuất phát.

元気の源は子どもの笑顔だ。
The smiles of children are a source of good cheer.
精神好的来源是孩子的笑容。
Nguồn gốc sức mạnh của tôi là nụ cười của con tôi.

実力主義には良い面も悪い面もある。
There are good and bad aspects to a merit system.
实力主义有好的一面也有不好的一面。
Chủ nghĩa thực lực có cả mặt tốt và mặt không tốt.

外界からの刺激に神経が反応する。
Nerves react to stimulation from the outside world.
神经对外界的刺激作出反应。
Thần kinh phản ứng với kích thích từ bên ngoài.

事故の現場に、警察がすぐに来た。
The police came quickly to the scene of the accident.
事故的现场马上有警察来到。
Cảnh sát ngay lập tức tới hiện trường vụ tai nạn.

騒ぐなら、よそに行ってほしい。
If you're going to make a racket, do it elsewhere.
吵闹的话，希望到别处去。
Tôi mong nếu mấy người đó gây ồn ào thì họ tới nơi khác.

使ったら、元の場所に戻してください。
Put it back in its original location when you're done using it.
使用后，请放回原来的地方。
Dùng xong thì trả nó về lại chỗ ban đầu nhé.

1 名詞
2 する名詞
3 動詞
4 形容詞
5 副詞
6 その他

数学・図形

□0409 **偶数** ぐうすう — even number／偶数／Số chẵn
⇔ 奇数(odd number／奇数／Số lẻ)

□0410 **奇数** きすう — odd number／奇数／Số lẻ
⇔ 偶数(even number／偶数／Số chẵn)

□0411 **単数** たんすう — singular／単数／Số ít
⇔ 複数(plural／复数／Số nhiều)

□0412 **単位** たんい — unit／单位／Đơn vị

□0413 **数値** すうち — value／数值／Giá trị bằng số
㊑ 数字(number／数字／Chữ số)

□0414 **体積** たいせき — volume／体积／Thể tích
㊑ 面積(area／面积／Diện tích)

□0415 **容積** ようせき — capacity／容量／Dung tích

□0416 **直角** ちょっかく — right angle／直角／Góc vuông
≒ 90度

Quick Review □向き □間 □源 □面 □外界 □現場 □よそ □元

Mathematics, figures
数学、图形
Toán học - Hình dạng

day26

1 名詞

偶数（ぐうすう）とは、2で割（わ）ることができる数字（すうじ）だ。
Even numbers are those that can be divided by 2.
偶数是指可以被2整除的数字。
Số chẵn là số có thể chia hết cho 2.

奇数（きすう）と奇数（きすう）を足（た）すと偶数（ぐうすう）になる。
Adding two odd numbers together gives an even number.
奇数加奇数会得到偶数。
Số lẻ cộng với số lẻ sẽ ra số chẵn.

英語（えいご）は、単数（たんすう）と複数（ふくすう）をきちんと表現（ひょうげん）する。
Singular and plural is always expressly stated in English.
英语会清楚地表达单数与复数。
Tiếng Anh thể hiện rõ ràng số ít và số nhiều.

カロリーはエネルギーを表（あらわ）す単位（たんい）だ。
The calorie is the unit used to express energy.
卡路里是表示能量的单位。
Calorie là đơn vị biểu thị năng lượng.

観測（かんそく）した数値（すうち）を記録（きろく）していく。
Record the values measured.
记录下观测的数值。
Ghi chép lại các giá trị bằng số đã đo đạc được.

水（みず）は凍（こお）ると体積（たいせき）が増（ふ）える。
The volume of water increases when it freezes.
水结冰时体积会增加。
Nước khi đóng băng sẽ tăng thể tích.

この瓶（びん）の容積（ようせき）は5リットルだ。
This vase has a 5 L capacity.
这个瓶子的容量是5升。
Dung tích của cái bình này là 5 lít.

直角（ちょっかく）に交（まじ）わるように、2本（ほん）の線（せん）を引（ひ）く。
Draw two lines so that right angles are formed.
画出2条线，使其交叉成为直角。
Kéo 2 đường thẳng giao nhau thành một góc vuông.

2 する名詞
3 動詞
4 形容詞
5 副詞
6 その他

Day 27

数量・程度（すうりょう・ていど）

☐ 0417 桁（けた）
digit／位数／Ký tự

☐ 0418 数々（かずかず）
numerous／很多／Nhiều

☐ 0419 多数（たすう）
large number of／许多／Đa số
⇔ 少数（しょうすう）(small number of／少数／Thiểu số)
⊕ 大多数（だいたすう）(large majority／大多数／Đại đa số)
⊕ 多数決（たすうけつ）(decision by majority／多数表决／Biểu quyết)

☐ 0420 大半（たいはん）
majority／大半／Phần lớn

☐ 0421 無数（むすう）
countless／无数／Vô số

☐ 0422 分量（ぶんりょう）
amount／分量／Phân lượng

☐ 0423 ★重み（おもみ）
weight／重要性／Sức nặng

☐ 0424 限度（げんど）
limit／限度／Giới hạn

Quick Review　☐偶数　☐奇数　☐単数　☐単位　☐数値　☐体積　☐容積　☐直角

Quantity, degree
数量、程度
Số lượng - Mức độ

day27

1 名詞

日本の郵便番号は7桁です。
Japanese zip codes have seven digits.
日本的邮政编码是7位数。
Mã bưu điện của Nhật Bản có 7 kí tự.

この作家は数々の素晴らしい小説を書いた。
This writer has written numerous excellent novels.
这作家写了很多精彩的小说。
Tác giả này đã viết nhiều cuốn tiểu thuyết rất hay.

事故で多数のけが人が出た。
A large number of people were injured in the accident.
事故造成了许多人员的受伤。
Trong vụ tai nạn có đa số người bị thương.

一日の大半を、本を読んで過ごす。
I spend a majority of the day reading books.
一天中大半的时间都是看书度过。
Phần lớn thời gian trong ngày tôi đã đọc sách.

宇宙には無数の星がある。
There are countless stars in the cosmos.
宇宙中有无数的星星。
Vũ trụ có vô số các vì sao.

分量を正確に量って、お菓子を作る。
I measured ingredient amounts accurately and made a confection.
准确称量分量，制作点心。
Làm bánh sau khi đã đo lường chính xác phân lượng.

古いお寺で歴史の重みを感じた。
I felt the weight of history at the old temple.
在古老的寺院中感受到历史的重要性。
Tôi cảm nhận được sức nặng lịch sử của ngôi chùa cổ này.

口座から一日に引き出せる金額には、限度がある。
There is a limit to how much can be withdrawn from the account in one day.
一天能从银行账户取出的金额是有限度的。
Số tiền có thể rút được từ tài khoản ngân hàng trong một ngày là có giới hạn.

2 する名詞

3 動詞

4 形容詞

5 副詞

6 その他

状態

□0425 **全力** ぜんりょく — full speed／全力／Toàn lực

□0426 ★**差** さ — gap／差距／Sự khác biệt

□0427 **勢い** いきおい — energy／劲头／Nhiệt huyết, tinh thần

□0428 **マイペース** まいぺーす — one's own way／自己的一套／Cách riêng
形 マイペース(な)

□0429 **限界** げんかい — one's limits／极限／Giới hạn

□0430 **規模** きぼ — size／规模／Quy mô

□0431 **自体** じたい — itself／本身／Tự thân

□0432 **欠点** けってん — drawback／缺点／Khuyết điểm

Quick Review □桁 □数々 □多数 □大半 □無数 □分量 □重み □限度

Situation
状态
Trạng thái

day27

1	名詞
2	する名詞
3	動詞
4	形容詞
5	副詞
6	その他

100メートルを全力(ぜんりょく)で走(はし)った。
I ran the 100 meter at full speed.
全力跑了100米。
Tôi dốc toàn lực chạy 100m.

先頭(せんとう)のランナーと10メートルも差(さ)がついた。
There was a 10 m gap between the leader and the rest of the runners.
与最前头的跑手相拉开10米之多的差距。
Có sự khác biệt với những người chạy dẫn đầu là 10m.

ものすごい勢(いきお)いで、レポートを書(か)いている。
She's writing the report with great energy.
以惊人的劲头写着报告。
Tôi viết báo cáo với nhiệt huyết cao.

山田(やまだ)さんはいつもマイペースで仕事(しごと)をする。
Mr. Yamada always works in his own way.
山田先生总是以自己的一套在工作。
Anh Yamada lúc nào cũng làm việc theo cách riêng.

諦(あきら)めないで、限界(げんかい)まで挑戦(ちょうせん)する。
I never give up, always fighting to the extent of my limits.
不要放弃，要挑战极限。
Không bỏ cuộc và thử thách cho đến giới hạn của bản thân.

ここは、規模(きぼ)は小(ちい)さいが、素晴(すば)らしい劇場(げきじょう)だ。
Though it may be small in size, it is a wonderful theater.
这里虽然规模很小，却是很好的剧场。
Đây là một nhà hát có quy mô nhỏ nhưng rất tuyệt vời.

製品自体(せいひんじたい)はとてもよくできている。
The product itself is very well made.
产品本身做得很好。
Tự thân sản phẩm rất tốt.

価格(かかく)が高(たか)いのが、この製品(せいひん)の欠点(けってん)だ。
The drawback of this product is its high price.
这个产品的缺点是价格贵。
Giá thành cao là khuyết điểm của sản phẩm này.

Day 28

状態(じょうたい)

□0433 全般 (ぜんぱん) ▶ everything to do with／所有方面／Toàn diện

□0434 ★強み (つよみ) ▶ strength／强项／Điểm mạnh

□0435 有無 (うむ) ▶ whether or not／有无／Có hay không có

□0436 長所 (ちょうしょ) ▶ strength／长处／Sở trường
⇔ 短所(たんしょ)(weakness／短处／Sở đoản)

□0437 同一 (どういつ) ▶ the same／同样／Tương tự

□0438 標準 (ひょうじゅん) ▶ standard／标准／Tiêu chuẩn
⓪ 標準的(ひょうじゅんてき)(standard／标准的／Tính tiêu chuẩn)

□0439 形式 (けいしき) ▶ formatting／形式／Hình thức
⓪ 形式的(けいしきてき)(perfunctory／形式上的／Tính hình thức)

□0440 特色 (とくしょく) ▶ distinctive characteristic／特色／Đặc trưng

Quick Review □全力 □差 □勢い □マイペース □限界 □規模 □自体 □欠点

day28

1 名詞

木村さんはコンピューター全般に強いです。
Mr. Kimura is knowledgeable about everything to do with computers.
木村先生在计算机的所有方面上都很强。
Anh Kimura giỏi toàn diện về máy tính.

わが社の強みは高い技術力です。
Our company's strength lies in its strong technical proficiency.
我们公司的强项在于技术能力高。
Điểm mạnh của công ty chúng tôi là năng lực kĩ thuật cao.

経験の有無は問いません。
Whether or not you have experience is not questioned (no experience needed).
不问有无经验。
Chúng tôi không quan trọng việc có hay không có kinh nghiệm.

自分の長所を生かせる仕事に就く。
I'm going to get a job where I can exercise my strengths.
就任能够发挥自己长处的工作。
Tôi sẽ phát huy sở trường của mình trong công việc.

この2つの薬は、ほぼ同一の成分で作られている。
These two medicines are made from mostly the same components.
这2种药几乎都是同样成分制成的。
Hai loại thuốc này được chế tạo với thành phần gần tương tự nhau.

このシステムが世界の標準になっている。
This system is built to international standards.
这个系统成了世界的标准。
Hệ thống này đã đạt tiêu chuẩn thế giới.

形式をそろえたほうが、資料が見やすくなる。
Standardizing the formatting would make the materials easier to read.
资料的形式要统一才比较容易看。
Sau khi sửa lại hình thức thì tài liệu này sẽ dễ đọc hơn.

この学校は特色のある教育をしている。
This school offers an education with distinctive characteristics.
这所学校在进行有特色的教育。
Trường học này có hệ thống giáo dục đặc trưng.

---

2 する名詞

3 動詞

4 形容詞

5 副詞

6 その他

状態
じょうたい

□0441
固体
こたい

solid ／固体／ Thể rắn

⇔ 液体(liquid ／液体／ Thể lỏng)
えきたい
⇔ 気体(gas ／气体／ Thể khí)
きたい

□0442
★**外見**
がいけん

appearance ／外表／ Bề ngoài

□0443
★**姿勢**
しせい

posture ／姿势／ Tư thế

□0444
親しみ
したしみ

affinity ／亲切／ Sự thân thiện

□0445
粒
つぶ

grain ／颗粒／ Hạt

□0446
出来
でき

craftsmanship ／完成／ Chất lượng

□0447
群れ
むれ

herd ／群／ Đàn

□0448
一種
いっしゅ

type ／一种／ Một loại

Quick Review □全般 □強み □有無 □長所 □同一 □標準 □形式 □特色

day28

1 名詞

水は０度で、氷つまり固体になる。
Water becomes ice, i.e. a solid, at 0℃.
水到了0度会变成冰，也就是变成固体。
Nước sẽ đóng băng ở nhiệt độ 0 độ, tức là chuyển sang thể rắn.

外見だけで人を判断しないほうがいい。
People shouldn't be judged based only on appearances.
最好不要只凭外表判断一个人。
Không nên phán xét người khác qua vẻ bề ngoài.

良い姿勢は健康に良い。
Good posture is good for health.
良好的姿势有益健康。
Tư thế tốt thì sẽ tốt cho sức khỏe.

同じ年だからか、彼に親しみを感じた。
I felt an affinity for him because we are the same age.
可能是因为年龄相同，对他感到很亲切。
Vì cùng tuổi nên tôi thấy có sự thân thiện với anh ấy.

「すごい！ 米粒に絵が描いてある」
"Whoa! Someone drew a picture on this grain of rice!"
"真了不起！米的颗粒上画着有画。"
"Tuyệt thật. Bức tranh vẽ bằng hạt gạo."

出来がいいものだけを、店で売る。
They only sell items of good craftsmanship at the store.
在商店只卖完成得好的东西。
Chỉ bán những sản phẩm có chất lượng tốt ở cửa hàng.

牛の群れを牧場まで連れて行く。
Lead a herd of cattle out to pasture.
把牛群赶到牧场。
Tôi dắt đàn trâu tới bãi chăn thả.

イルカがクジラの一種だとは、知らなかった。
I didn't know that dolphins were a type of whale.
之前不知道海豚是鲸鱼的一种。
Tôi không biết cá heo là một loại cá voi.

2 する名詞

3 動詞

4 形容詞

5 副詞

6 その他

Day 29 状態(じょうたい)

0449 逆さ (さかさ)
upside down ／颠倒／ Ngược

0450 水平 (すいへい)
level ／水平／ Song song

関 水平線(すいへいせん)(horizon ／水平线／ Đường chân trời)

0451 洋風 (ようふう)
Western-style ／西式／ Kiểu Âu

⇔ 和風(わふう)(Japanese style ／日式／ Kiểu Nhật)

0452 ★活気 (かっき)
energy ／活力／ Sức sống

0453 事態 (じたい)
scenario ／事态／ Tình hình

0454 現状 (げんじょう)
current situation ／现状／ Hiện trạng

0455 ★見当 (けんとう)
clue ／预测／ Dự đoán

0456 未定 (みてい)
undecided ／未决定／ Chưa được quyết định

Quick Review　□固体　□外見　□姿勢　□親しみ　□粒　□出来　□群れ　□一種

瓶を逆さにしても、何も出てこない。
Nothing comes out of the bottle, even when you turn it upside down.
即使把瓶子颠倒过来，也什么都没有出来。
Dốc ngược cái bình xuống cũng không có gì rơi ra.

「腕を上げて床に水平にし、30秒保ってください」
"Raise your arms so that they're level with the ground and hold for 30 seconds."
"请抬起手臂与地面水平，保持30秒钟。"
"Nhấc cánh tay lên đặt song song với mặt đất, giữ trong vòng 30 giây."

この通りには洋風の建物が並んでいる。
This street is lined with Western-style buildings.
这条街上林立着西式建筑物。
Trên con phố này các tòa nhà theo kiểu Âu xếp san sát nhau.

とても活気のある職場だ。
It's a very energetic work place.
非常有活力的职场。
Đây là một nơi làm việc tràn đầy sức sống.

万一の事態に備えておく必要がある。
We need to prepare for the worst case scenario.
有必要为万一发生的事态做好准备。
Cần thiết phải chuẩn bị trước cho tình hình xấu xảy ra.

まずは現状を知らなければ、何もできない。
We can't do anything without first understanding the current situation.
首先不知道现状就什么也做不了。
Trước tiên, nếu không biết được hiện trạng thì không thể làm được gì.

これからのことは、全く見当がつかない。
I haven't a clue about anything from here on out.
接下来的事情，完全无法预测。
Tôi hoàn toàn không dự đoán được tình hình từ đây về sau.

今後の予定は、今のところ未定です。
Plans going forward are as of yet undecided.
今后的计划，现在还未决定。
Dự định sau này hiện tại chưa được quyết định.

副詞的に使える言葉

□0457 **以後** (いご) ▶ from now on／以后／Từ nay trở về sau

□0458 **先ほど** (さきほど) ▶ a short while ago／刚才／Vừa nãy
≒ さっき

□0459 **日頃** (ひごろ) ▶ routinely／平时／Thường xuyên

□0460 **通常** (つうじょう) ▶ usually／通常／Thông thường

□0461 **唯一** (ゆいいつ) ▶ only／唯一／Duy nhất

□0462 **一面** (いちめん) ▶ all around／一片／Cả bề mặt, một mặt

□0463 **一瞬** (いっしゅん) ▶ for a moment／一刹那／Một khoảnh khắc

□0464 **一時** (いちじ) ▶ for a while／暂时／Tạm thời
関 一時的(いちじてき)(momentary／暂时的／Tính tạm thời)

Quick Review □逆さ □水平 □洋風 □活気 □事態 □現状 □見当 □未定

Adverbial terms
可以作为副词使用的词语
Từ có thể dùng làm trợ từ

day29

1 名詞

以後、十分、気を付けてください。
Be very careful from now on.
以后，请充分注意。
Từ nay trở về sau, hãy luôn thật cẩn thận nhé.

先ほど、関東地方で地震がありました。
There was an earthquake in the Kanto region a short while ago.
刚才，关东地区发生了地震。
Vừa nãy có động đất ở vùng Kanto.

日頃から地震に備えておく必要がある。
We need to routinely prepare for earthquakes.
平时就有必要防备地震。
Cần thường xuyên chuẩn bị cho động đất xảy ra.

この店は通常、10時に閉店する。
This store usually closes at 10:00.
这家店通常在10点关门。
Cửa hàng này thông thường sẽ đóng cửa lúc 10 giờ.

火事で唯一残ったのが、この写真だ。
This photograph was the only thing that survived the fire.
在火灾中唯一留下的是这张照片。
Chỉ có một bức ảnh duy nhất còn sót lại sau vụ hỏa hoạn.

雪が積もり、一面、真っ白になった。
Snow has piled up and it's pure white all around.
雪堆积了起来，到处一片白茫茫。
Tuyết chất lên thành đống tạo thành cả bề mặt trắng xóa.

一瞬、何が起こったのかわからなかった。
For a moment, I didn't know what had happened.
一刹那间，不知道发生了什么事。
Trong một khoảnh khắc, tôi không biết chuyện gì đã xảy ra.

事故で一時、電車が止まっていた。
The train stopped for a while after the accident.
由于事故，电车暂时停运了。
Do tai nạn nên tạm thời tàu điện ngừng hoạt động.

---

2 する名詞

3 動詞

4 形容詞

5 副詞

6 その他

Day 30

副詞的に使える言葉

□0465
所々 (ところどころ)
▶ in places／到处／Đây đó

□0466
一通り (ひととおり)
▶ through／全部／Một loạt

□0467
★**事実** (じじつ)
▶ in fact／事实上／Sự thật

□0468
ありのまま (ありのまま)
▶ frankly／据实／Nguyên vẹn

□0469
★**自ら** (みずから)
▶ on one's own／亲自／Tự bản thân
≒ 自分で

□0470
★**自身** (じしん)
▶ oneself／自己／Tự bản thân

□0471
各自 (かくじ)
▶ each person／各自／Từng cá nhân
≒ それぞれ

□0472
各々 (おのおの)
▶ every／各自／Mỗi cá nhân

Quick Review　□以後　□先ほど　□日頃　□通常　□唯一　□一面　□一瞬　□一時

day30

所々おかしな日本語がある。
There is awkward Japanese in places.
到处都有奇怪的日语。
Tôi nghe thấy tiếng Nhật kì lạ ở đây đó.

資料は、最後まで一通りチェックした。
I read the materials through to the end.
资料从头到尾全部检查了。
Tôi đã check lại một loạt tài liệu này từ đầu đến cuối.

事実を正直に話すか、事実、私はとても迷っていた。
I was in fact very conflicted about whether I should give the facts honestly.
是否要老实讲，事实上我非常犹豫。
Sự thật là tôi cũng không rõ có nên nói thành thật toàn bộ sự thật không.

「見たことを、全てありのままに話してください」
"Speak frankly about what you saw."
"请把看到的全部据实说出。"
"Anh hãy nói toàn bộ nguyên vẹn những gì đã chứng kiến."

自ら考えて、決定すべきです。
You should decide on your own.
应该亲自考虑和决定。
Tự bản thân tôi phải nghĩ và quyết định.

私自身で決めたことは、最後までします。
I always see through the things I myself decide to do.
我自己决定的事，会做到最后。
Những việc tự bản thân đã quyết định thì tôi sẽ làm tới cùng.

各自、責任を持って仕事をしてください。
Each person must take responsibility for their work.
请各自负责任地干工作。
Từng cá nhân hãy đảm bảo trách nhiệm của mình trong công việc.

各々、自分の立場から意見を言った。
Every person spoke from his and her own standpoint.
各自根据自己的立场发表了意见。
Mỗi cá nhân đã nói ra ý kiến của mình trên lập trường của bản thân.

---

1 名詞
2 する名詞
3 動詞
4 形容詞
5 副詞
6 その他

文型に使われる言葉

□0473
★以来 いらい
since／以后／Sau khi

□0474
折 おり
when／时候／Lúc
≒ 時 とき

□0475
★限り かぎり
as long as／只要……就／Chừng nào

□0476
以降 いこう
after／以后／Sau

□0477
末 すえ
after／结果／Sau khi

□0478
★反面 はんめん
on the one hand／另一面／Mặt khác

□0479
★際 さい
when／时／Khi
≒ 時 とき

□0480
途端 とたん
as soon as／刚一……就／Ngay khi

Quick Review　□所々　□一通り　□事実　□ありのまま　□自ら　□自身　□各自　□各々

Words used to structure sentences
在句型中使用的词语
Từ được dùng trong mẫu câu

🎵 day30

1 名詞
2 する名詞
3 動詞
4 形容詞
5 副詞
6 その他

卒業して以来、恩師とは会っていない。
I haven't seen my former teacher since I graduated.
毕业以后，没有与恩师见过面。
Sau khi tốt nghiệp tôi đã không gặp thầy giáo của mình nữa.

帰国した折、先生に会いに行った。
I went to see my teacher when I repatriated.
回国的时候，去见了老师。
Lúc trở về nước, tôi đã tới gặp giáo viên của mình.

この仕事が終わらない限り、帰れない。
I can't go home as long as the work remains unfinished.
只要这个工作还没结束，就回不了家。
Chừng nào công việc này còn chưa xong thì tôi chưa thể về được.

午後10時以降、この出入口は使えない。
This entrance can't be used after 10 p.m.
下午10点以后，这个出入口就不能使用。
Sau 10 giờ tối thì cửa ra vào này không sử dụng được nữa.

迷った末、会社を辞めることにした。
After wavering about what to do, I decided to quit my job.
犹豫的结果，决定辞职了。
Sau khi đã lúng túng rất lâu thì tôi quyết định nghỉ việc.

転職にわくわくしている反面、不安もある。
While on the one hand I'm excited about changing jobs, I'm also anxious.
对换工作感到欢欣雀跃的另一面，也有不安。
Tôi rất hồi hộp khi chuyển chỗ làm, mặt khác cũng rất bất an.

退職の際、同僚が送別会をしてくれた。
My coworkers threw a going away party for me when I left my job.
退职时，同事为我开了欢送会。
Khi nghỉ việc, các đồng nghiệp đã tổ chức tiệc chia tay cho tôi.

みんなと別れた途端、急に寂しくなった。
I missed my friends just as soon as I left them.
刚一和大家分开，就突然感到很寂寞。
Ngay khi chia tay với mọi người tôi lập tức cảm thấy buồn bã.

CHECK TEST 1

1 （　　）に入れるのに最もよいものを、1・2・3・4から一つ選びなさい。

❶ 弟の将来を、（　　）よりも親のほうが心配している。
1. 恩人　2. 知人　3. 当人　4. 名人

❷ その歌手は十代の（　　）に人気がある。
1. 人種　2. 成年　3. 年輩　4. 若者

❸ 田中さんは（　　）で毎日忙しそうだ。
1. 育児　2. 子孫　3. 乳児　4. 幼児

❹ 医者は（　　）がある仕事だと思う。
1. 生きがい　2. 意欲　3. 情熱　4. やりがい

❺ 友人に誘われたのが（　　）で、ダンスを習いはじめた。
1. 思いやり　2. きっかけ　3. 心当たり　4. 欲求

❻ ここは川の（　　）だ。
1. 海面　2. 下水　3. 上旬　4. 上流

❼ 山田さんは背が低いことに（　　）を持っている。
1. コンプレックス　2. トラブル　3. プレッシャー　4. ルーツ

❽ 時間がないので、（　　）だけを言ってください。
1. 欠点　2. 終点　3. 焦点　4. 要点

❾ 歯の（　　）に食べ物が挟まってしまった。
1. 間隔　2. 空間　3. 隙間　4. 中間

※4桁の数字は、テキストの単語番号です。

1 名詞
2 する名詞
3 動詞
4 形容詞
5 副詞
6 その他

⑩ 政府はその問題に関する基本的な（　　　）を定めた。
1. 思い 0106
2. 思想 0260
3. 主義 0258
4. 方針 0280

⑪ 外国語が話せなければ、大使の（　　　）を果たせないだろう。
1. 効用 0299
2. 地位 0318
3. 業 0281
4. 役目 0320

⑫ その駅の（　　　）にはスーパーがない。
1. 外界 0405
2. 外部 0397
3. 現場 0406
4. 周辺 0382

⑬ 彼女は、僕が金持ちではないと知った（　　　）、冷たくなった。
1. 以降 0476
2. 以来 0473
3. 途端 0480
4. 末 0477

⑭ 木村さんが同じ町の出身だと知って、急に（　　　）が湧いた。
1. 憩い 0111
2. 思いやり 0108
3. 親しみ 0444
4. 誇り 0109

⑮ 試験の（　　　）は、教科書の5ページから20ページまでだ。
1. エリア 0384
2. 規模 0430
3. 区域 0383
4. 範囲 0392

⑯ 私は、その教科書の内容を（　　　）勉強した。
1. 一面 0462
2. 全般 0433
3. 一通り 0466
4. 多数 0419

⑰ 水が（　　　）になったものが、氷である。
1. 気体 0166
2. 固体 0441
3. 粒 0445
4. 物質 0169

⑱ 森さんは、いつも女性の前では（　　　）をつけている。
1. 外見 0442
2. 格好 0060
3. 姿勢 0443
4. 見掛け 0059

CHECK TEST 1

⑲ その話はただのうわさで、(　　) とは異なる。
1. 現象　2. 事実　3. 通常　4. 本番
　0161　　0467　　0460　　0149

⑳ 地球には (　　) の生物がいる。
1. 奇数　2. 偶数　3. 単数　4. 無数
　0410　　0409　　0411　　0421

㉑ 日本は山が多く、(　　) が少ない。
1. 産地　2. 地帯　3. 平地　4. 陸地
　0183　　0186　　0190　　0191

㉒ そのイベントに参加するなら、(　　) に申し込みが必要だ。
1. 最中　2. 事前　3. 寸前　4. 翌日
　0200　　0204　　0205　　0215

㉓ 今日は (　　) が低く、空気が乾いている。
1. 引力　2. 気圧　3. 湿度　4. 重力
　0162　　0164　　0167　　0163

㉔ 職場の人とは、目が合ったら挨拶するのが (　　) だ。
1. こつ　2. 作法　3. 誠意　4. 礼儀
　0275　　0035　　0117　　0038

㉕ 私は、他人の (　　) ばかり言う人は好きじゃない。
1. 苦情　2. 一言　3. 迷信　4. 悪口
　0364　　0124　　0127　　0039

㉖ 公共の (　　) として、図書館が造られた。
1. 施設　2. 家屋　3. 別荘　4. 不動産
　0221　　0217　　0219　　0218

㉗ その会社は、社長 (　　) がコマーシャルに出ている。
1. 各々　2. 各自　3. 自体　4. 自ら
　0472　　0471　　0431　　0469

❷⑧ (　　　) の職人になるまでには、長い時間がかかる。

1. キャリア　2. プロセス　3. テクニック　4. ベテラン
　0278　　　　　0289　　　　　0274　　　　　　0277

2 　　　の言葉に意味が最も近いものを、1・2・3・4から一つ選びなさい。

❶ このブームは何年続くかわからない。
　　0311

1. 現状　2. 事態　3. 状態　4. 流行

❷ 女性にすぐ年齢を聞くのは、礼儀に反すると思う。
　　　　　　　　　　　　　0038

1. システム　2. センス　3. テクニック　4. エチケット

❸ この自動販売機では、紙幣が使えない。
　　　　　　　　　　　0343

1. 額　2. 金　3. 札　4. 通貨

❹ 父は古い書物を集めている。
　　　　　0249

1. 記事　2. 書類　3. 資料　4. 本

❺ 出掛ける際、ドアに鍵をかけるのを忘れてしまった。
　　　　　0479

1. 間　2. 時　3. 先　4. 前

---

1 名詞

2 する名詞

3 動詞

4 形容詞

5 副詞

6 その他

CHECK TEST 1

❻ その著者の名前を思い出せない。
0250
1. 後者　2. 前者　3. 読者　4. 筆者

❼ 林さんは物まねの名人だ。
0138
1. 上手な人　2. 好きな人　3. できる人　4. 有名な人

❽ イベント会場の中は、大変な人混みだった。
0230
1. 混雑　2. 人通り　3. 群れ　4. ラッシュ

ANSWER

1

❶ 3. 当人
❷ 4. 若者
❸ 1. 育児
❹ 4. やりがい
❺ 2. きっかけ
❻ 4. 上流
❼ 1. コンプレックス
❽ 4. 要点
❾ 3. 隙間
❿ 4. 方針
⓫ 4. 役目
⓬ 4. 周辺
⓭ 3. 途端
⓮ 3. 親しみ
⓯ 4. 範囲
⓰ 3. 一通り
⓱ 2. 固体
⓲ 2. 格好
⓳ 2. 事実
⓴ 4. 無数
㉑ 3. 平地
㉒ 2. 事前
㉓ 3. 湿度
㉔ 4. 礼儀
㉕ 4. 悪口
㉖ 1. 施設
㉗ 4. 自ら
㉘ 4. ベテラン

2

❶ 4. 流行
❷ 4. エチケット
❸ 3. 札
❹ 4. 本
❺ 2. 時
❻ 4. 筆者
❼ 1. 上手な人
❽ 1. 混雑

2 する名詞
するnouns／する名詞／Danh động từ

0481-0520
人に対する行為・態度
Behaviors, attitudes towards people
对人的行为、态度
Hành vi, thái độ đối với người khác

0521-0544
日常行為
Routine practices
日常行为
Hành vi hằng ngày

0545-0552
気持ち・感情
Feelings, emotions
心情、感情
Tâm trạng - Cảm xúc

0553-0560
思考・言語
Thought, language
思考、语言
Tư duy - Ngôn ngữ

0561-0568
文化・娯楽
Culture, entertainment
文化、娱乐
Văn hóa - Giải trí

0569-0600
仕事・技術・産業
Work, technology, industry
工作、技术、产业
Công việc - Kĩ thuật - Sản xuất

0601-0608
組織・グループ
Organizations, groups
组织、集团
Tổ chức - Tập đoàn

0609-0616
経済
Economy
经济
Kinh tế

0617-0640
変化
Change
变化
Sự thay đổi

0641-0656
状態
Situation
状态
Trạng thái

※「する名詞」のチャンツは「♪合格→ passing grade／合格／Đỗ →合格(する)♪」のように流れます
 "する noun" chants are given in a "♪合格→ passing grade →合格(する)♪" flow
 "する名詞"的吟唱是以 "♪合格→ 合格 →合格(する)♪" 的形式播放
 "Danh động từ" sẽ được phát âm như "♪ 合格 → Đỗ → 合格(する)♪"

Day 31

人に対する行為・態度
(ひと に たい する こう い・たい ど)

□0481
会談(する)
かいだん

▶ 名 discussion ／会谈／Hội đàm
動 hold a discussion ／会谈／Hội đàm

□0482
★**議論**(する)
ぎろん

▶ 名 discussion ／讨论／Cuộc thảo luận
動 discuss ／讨论／Thảo luận

□0483
★**回答**(する)
かいとう

▶ 名 response ／回答／Câu trả lời
動 respond ／回答／Trả lời

□0484
同意(する)
どうい

▶ 名 consent ／同意／Đồng ý
動 consent ／同意／Đồng ý

□0485
承認(する)
しょうにん

▶ 名 approval ／批准／Chấp thuận
動 approve ／批准／Chấp thuận
＊承認を得る
(しょうにん を え る)
(receive approval ／获得批准／Đạt được sự chấp thuận)

□0486
支持(する)
しじ

▶ 名 support ／支持／Sự ủng hộ
動 support ／支持／Ủng hộ

□0487
肯定(する)
こうてい

▶ 名 condonement ／肯定／Khẳng định
動 condone ／肯定／Khẳng định
関 肯定的(こうていてき)(positive ／肯定(的)／Tính khẳng định)

□0488
口論(する)
こうろん

▶ 名 argument ／争吵／Sự cãi cọ
動 argue ／争吵／Cãi cọ

Quick Review　□以来　□折　□限り　□以降　□末　□反面　□際　□途端

Behaviors, attitudes towards people
对人的行为、态度
Hành vi, thái độ đối với người khác

day31

両国の首相が会談を行った。
The prime ministers of the two countries held discussions.
两国首相举行了会谈。
Thủ tướng hai nước đã tiến hành hội đàm.

増税に関して、国会で激しい議論が行われた。
Fierce discussions were held in the Diet over raising taxes.
国会就增税进行了激烈的讨论。
Một cuộc thảo luận gay gắt liên quan đến việc tăng thuế đã được diễn ra tại quốc hội.

アンケートに回答すると、景品がもらえる。
They'll give you a gift for responding to the questionnaire.
回答调查问卷，可以得到赠品。
Trả lời phiếu điều tra thì có thể nhận được quà.

委員長の提案に、全員が同意した。
All members consented to the committee chairman's proposal.
对于委员长的建议，全体人员都同意了。
Toàn bộ thành viên đã đồng ý với đề xuất của trưởng ban.

プロジェクトの実施計画が会議で承認された。
The project's action plan was approved at the meeting.
项目的实施计划在会议上被批准了。
Kế hoạch thực hiện dự án đã được chấp thuận tại hội nghị.

森さんの主張は、みんなの支持を得ることができなかった。
Mr. Mori was unable to win everyone's support for his plan.
森先生的主张，没有得到大家的支持。
Chủ trương của anh Mori đã không nhận được sự ủng hộ của mọi người.

犯人の気持ちはわかるが、やったことを肯定することはできない。
I understand how the perpetrator felt, but I cannot condone what he did.
虽然明白犯人的心情，但不能肯定他所做的事情。
Tôi hiểu tâm trạng của hung thủ nhưng không thể khẳng định những việc hắn đã làm.

土地の問題で、隣の家の人と口論になった。
I got into an argument with my neighbor over our land.
由于土地的问题，和邻家发生了争吵。
Vì vấn đề đất cát mà tôi đã cãi cọ với người hàng xóm.

人に対する行為・態度

☐0489 サポート（する） さぽーと
- 名 support／支援／Hỗ trợ
- 動 support／支援／Hỗ trợ

☐0490 介護（する） かいご
- 名 care／护理／Chăm sóc
- 動 care for／护理／Chăm sóc
- 関 老人介護（elderly care／老人护理／Chăm sóc người già）

☐0491 治療（する） ちりょう
- 名 treatment／治疗／Điều trị
- 動 treat／治疗／Điều trị

☐0492 同居（する） どうきょ
- 名 cohabitation／同居／Chung sống
- 動 live together／同居／Chung sống

☐0493 孝行（する） こうこう
- 名 filial piety／孝顺／Hiếu thảo
- 動 be dutiful to／孝顺／Hiếu thảo
- 関 親孝行（filial piety／孝顺父母／Hiếu thảo với cha mẹ）

☐0494 説教（する） せっきょう
- 名 lecture／教训／Thuyết giáo
- 動 lecture／教训／Thuyết giáo

☐0495 口出し（する） くちだし
- 名 interference／干预／Xen vào
- 動 interfere／干预／Xen vào

☐0496 反抗（する） はんこう
- 名 rebelliousness／反抗／Phản kháng
- 動 rebel／反抗／Phản kháng
- 関 反抗期（rebellious phase／叛逆期／Thời kì phản kháng）

Quick Review ☐会談（する） ☐議論（する） ☐回答（する） ☐同意（する） ☐承認（する）

day31

2 する名詞

留学生の生活をサポートするのも、留学生センターの仕事だ。
Supporting international students' lives is part of what the International Student Center does.
支援留学生的生活也是留学生中心的工作。
Hỗ trợ về mặt sinh hoạt cho du học sinh cũng là công việc của trung tâm du học sinh.

老人の介護には体力が必要だ。
It takes a lot of physical strength to care for the elderly.
老人的护理需要体力。
Thể lực là cần thiết trong việc chăm sóc người già.

病気やけがを治療するのが、医者の仕事だ。
Treating illnesses and injuries is the work of a doctor.
治疗疾病和受伤是医生的工作。
Điều trị bệnh hay thương tật là công việc của bác sỹ.

結婚して親と同居する人は、少なくなった。
The number of married couples living together with their parents decreased.
结婚后和父母同居的人变少了。
Ngày càng ít những người kết hôn rồi cùng chung sống với bố mẹ.

子どもが親に孝行するのは、当たり前のことだ。
Children should be dutiful to their parents as a matter of course.
孩子孝顺父母是理所当然的事情。
Con cái hiếu thảo với cha mẹ là lẽ đương nhiên.

「ゲームばかりしていないで勉強しろ」と、親に説教された。
My parents gave me a lecture about studying rather than playing games all the time.
被父母教训说"不要只知道玩游戏，去学习"。
Tôi đã bị bố mẹ thuyết giáo rằng "Đừng có chơi game suốt thế, lo mà học đi!".

子どものすることに親があまり口出しするのは、良くない。
Parents should not interfere much with what their children do.
对于孩子所做的事情，父母过多干预是不好的。
Bố mẹ hay xen vào chuyện con làm là không tốt.

子どもは親に反抗する時期があるものだ。
Children go through a phase of rebelliousness against their parents.
孩子有反抗父母的时期。
Trẻ con có thời kì phản kháng với bố mẹ.

□支持(する) □肯定(する) □口論(する)

1 名詞
2 する名詞
3 動詞
4 形容詞
5 副詞
6 その他

Day 32

人に対する行為・態度

□0497
★ **支援**(する)
しえん
- 名 support／支援／Sự ủng hộ
- 動 support／支援／Ủng hộ

□0498
★ **信頼**(する)
しんらい
- 名 trust／信赖／Tin tưởng
- 動 trust／信赖／Tin tưởng
- 関 信頼感(sense of trust／信任感／Cảm giác tin tưởng)
- 関 信頼性(trustworthiness／可靠性／Tính tin cậy)

□0499
推薦(する)
すいせん
- 名 recommendation／推荐／Giới thiệu
- 動 recommend／推荐／Giới thiệu
- 関 推薦状(letter of recommendation／推荐信／Thư giới thiệu)

□0500
★ **依頼**(する)
いらい
- 名 request／委托／Nhờ vả
- 動 request／委托／Nhờ

□0501
尊重(する)
そんちょう
- 名 respect／尊重／Tôn trọng
- 動 respect／尊重／Tôn trọng

□0502
まね(する)
まね
- 名 imitation／模仿／Bắt chước
- 動 imitate／模仿／Bắt chước
- 関 物まね(impersonation／模仿／Bắt chước)

□0503
共感(する)
きょうかん
- 名 sympathy／共鸣／Đồng cảm
- 動 sympathize／共鸣／Đồng cảm
- 対 反感(antipathy／反感／Ác cảm)

□0504
同情(する)
どうじょう
- 名 compassion／同情／Thông cảm
- 動 feel for／同情／Thông cảm

Quick Review □サポート(する) □介護(する) □治療(する) □同居(する) □孝行(する)

🔊 day32

2 する名詞

多くの人々の支援のおかげで、国会議員になることができた。
Thanks to everyone's support, I became a Diet member.
多亏了众多人们的支援，才能成为国会议员。
Nhờ có sự ủng hộ của nhiều người mà tôi đã có thể trở thành đại biểu quốc hội.

田中部長は、部下を信頼して仕事を任せてくれる。
General Manager Tanaka trusts his team members and gives them work.
田中部长信赖部下，把工作委托下来。
Trưởng phòng Tanaka tin tưởng giao nhiệm vụ cho cấp dưới.

先生が推薦してくれたおかげで、就職することができた。
I was able to get the job thanks to my teacher's recommending me.
多亏老师推荐，所以找到了工作。
Nhờ cô giáo giới thiệu mà tôi đã tìm được việc.

森先生に大会での講演を依頼した。
I requested that Mr. Mori give a talk at the convention.
委托了森先生在大会上演讲。
Tôi đã nhờ thầy Mori thuyết giảng trong đại hội.

人と仲良くするには、相手の考えを尊重することが大事だ。
To get along with others, it is important to respect their opinions.
要和人搞好关系，尊重对方的想法是很重要的。
Để có mối quan hệ tốt với người khác thì điều quan trọng là tôn trọng cách nghĩ của họ.

娘は、大好きな歌手のまねをして、踊り付きで歌っている。
My daughter is dancing and singing, imitating her favorite singer.
女儿在模仿着自己喜欢的歌手，一边跳舞一边唱歌。
Con gái tôi bắt chước theo ca sĩ nó yêu thích rồi vừa hát vừa nhảy.

彼女の生き方は、多くの女性の共感を呼んだ。
The way she lived found sympathy with many women.
她的生活方式，引起了很多女性的共鸣。
Cách sống của cô ấy được nhiều phụ nữ đồng cảm.

みんなが、子どもを亡くした彼女に同情し、涙を流した。
Everyone cried and felt for the woman who had lost her child.
大家都很同情失去孩子的她，并流下了眼泪。
Mọi người đều rơi nước mắt, thông cảm với cô ấy mất đi đứa con.

□説教(する)　□口出し(する)　□反抗(する)

人に対する行為・態度

□0505
援助(する)
えんじょ
- 名 help／支援／Chu cấp
- 動 help／支援／Chu cấp

□0506
催促(する)
さいそく
- 名 reminder／催促／Hối thúc
- 動 remind／催促／Hối thúc

□0507
弁償(する)
べんしょう
- 名 compensation／赔偿／Bồi thường
- 動 compensate／赔偿／Bồi thường

□0508
言い訳(する)
いいわけ
- 名 excuse／辩解／Bao biện
- 動 make an excuse／辩解／Bao biện

□0509
ひいき(する)
ひいき
- 名 favoritism／偏袒／Thiên vị
- 動 play favorites with／偏袒／Thiên vị

□0510
軽蔑(する)
けいべつ
- 名 scorn／轻蔑／Khinh thường
- 動 scorn／轻蔑／Khinh thường
- ⇔ 尊敬(する)(respect／尊敬／Tôn trọng)

□0511
非難(する)
ひなん
- 名 criticism／责难／Chê trách
- 動 criticize／责难／Chê trách

□0512
対応(する)
たいおう
- 名 response／应对／Đối ứng
- 動 respond／应对／Đối ứng

Quick Review　□支援(する)　□信頼(する)　□推薦(する)　□依頼(する)　□尊重(する)

day32

親に生活費を援助してもらっている。
My parents are helping me with living expenses.
让父母支援自己的生活费。
Tôi được bố mẹ chu cấp chi phí sinh hoạt.

代金を早く払うよう催促するメールがきた。
I got an e-mail reminding me to hurry up and pay the charges.
收到催促尽快付款的邮件。
Tôi đã nhận được mail hối thúc thanh toán hóa đơn sớm.

店のお皿を割ってしまい、弁償した。
I had to compensate the store for the plate I broke.
打碎了店里的盘子,并赔偿了。
Tôi đã làm vỡ đĩa của nhà hàng và phải bồi thường cho họ.

林さんは、ミスをするといつも言い訳をする。
Mr. Mori always makes excuses for his mistakes.
林先生犯了错总是有辩解。
Anh Hayashi lúc nào cũng bao biện cho lỗi của mình.

あの先生はかわいい子をひいきするから、嫌いだ。
I hate that teacher—he's always playing favorites with the cute girls.
那个老师偏袒可爱的孩子,真讨厌。
Tôi ghét ông thầy ấy vì cứ thiên vị cho mấy đứa dễ thương.

「そんなことも知らないの!?」と、彼女に軽蔑された。
She scorned me, saying "you didn't even know that!?"
她轻蔑道:"这种事情都不知道吗!?"
Tôi bị cô ta khinh thường kiểu như "chuyện đấy mà cũng không biết á!?"

大臣の不注意な発言が、国民の非難を浴びた。
The people showered the prime minister with criticism over his careless remark.
大臣不经意的发言,受到了国民的责难。
Phát ngôn sơ suất của ông bộ trưởng bị người dân chê trách.

客からの苦情に一つ一つ対応するのは、大変だ。
It's a real challenge responding to every single complaint from customers.
一一应对顾客的投诉,非常辛苦。
Đối ứng từng khiếu nại từ khách hàng thật là mệt.

☐ まね(する)　☐ 共感(する)　☐ 同情(する)

Day 33

人に対する行為・態度
ひと たい こうい たいど

□0513
解放(する)
かいほう
- 名 release／释放／Giải phóng
- 動 release／释放／Thả

□0514
★**公開**(する)
こうかい
- 名 release／公开／Công bố
- 動 release／公开／Công bố

□0515
応対(する)
おうたい
- 名 response／接待／Tiếp đãi
- 動 dealing with／接待／Tiếp đãi

□0516
謙遜(する)
けんそん
- 名 modesty／谦虚／Khiêm tốn
- 動 be modest／谦虚／Khiêm tốn

□0517
通知(する)
つうち
- 名 notice／通知／Thông báo
- 動 notify／通知／Thông báo

□0518
批評(する)
ひひょう
- 名 critique／评论／Bình luận
- 動 critique／评论／Bình luận

□0519
分担(する)
ぶんたん
- 名 division／分担／Chia sẻ
- 動 divide／分担／Chia sẻ

□0520
保護(する)
ほご
- 名 protection／保护／Bảo vệ
- 動 protect／保护／Bảo vệ
- 連 自然保護(environmental preservation／自然保护／Bảo vệ tự nhiên)

Quick Review　□援助(する)　□催促(する)　□弁償(する)　□言い訳(する)　□ひいき(する)

day33

犯人は、身代金を受け取り、人質を解放した。
After receiving the ransom money, the criminal released the hostages.
犯人接受了赎金，释放了人质。
Hung thủ nhận được tiền chuộc rồi thả con tin.

この映画は、来月、世界中で公開される。
This movie will be released worldwide next month.
这部电影，下个月在全世界公开。
Bộ phim này sẽ được công bố trên toàn thế giới vào tháng tới.

山田さんは、いつもお客さんに上手に応対している。
Mr. Yamada is always good at dealing with customers.
山田先生总能很好地接待客人。
Anh Yamada lúc nào cũng tiếp đãi khách rất giỏi.

パクさんは日本語が上手だが、いつも「まだ下手だ」と謙遜する。
Mr. Pak's Japanese is good, but he is always modest and insists his Japanese is poor.
朴先生虽然日语很好，但总是谦虚自己说："还不好"。
Cậu Park giỏi tiếng Nhật nhưng mà lúc nào cũng tỏ ra khiêm tốn rằng "tớ vẫn còn kém lắm".

検査結果は、2週間後に通知します。
We will notify you of the test results in two weeks.
检查的结果会在2周后通知。
Sẽ thông báo kết quả kiểm tra sau 2 tuần nữa.

映画の批評を見て、何を見に行くか決める。
Decide what to watch by looking at movie critiques.
看电影的评论，决定去看什么。
Tôi xem bình luận về bộ phim rồi mới quyết định đi xem cái gì

妻も働いているので、夫婦で家事を分担している。
My wife also works, so we divide the housework between us.
妻子也在工作，所以夫妻分担家务。
Vợ tôi cũng làm việc nên hai vợ chồng cùng chia sẻ việc nhà.

数の少なくなった動物を保護する。
I protect endangered animals.
保护数量变少的动物。
Bảo vệ các loài động vật có số lượng ngày càng ít đi.

☐軽蔑(する)　　☐非難(する)　　☐対応(する)

1 名詞
2 する名詞
3 動詞
4 形容詞
5 副詞
6 その他

日常行為
にちじょうこうい

□0521 **収集**(する) しゅうしゅう
- 名 collection／收集／Thu thập
- 動 collect／收集／Thu thập

□0522 **貯蔵**(する) ちょぞう
- 名 storage／储藏／Dự trữ
- 動 store／储藏／Dự trữ

□0523 **処分**(する) しょぶん
- 名 disposal／处理／Sự bỏ đi
- 動 dispose of／处理／Bỏ đi
- ≒ 捨てる

□0524 **分類**(する) ぶんるい
- 名 category／分类／Phân loại
- 動 categorize／分类／Phân loại

□0525 **活用**(する) かつよう
- 名 effective usage／利用／Tận dụng
- 動 make effective use of／利用／Tận dụng

□0526 ★**発揮**(する) はっき
- 名 demonstration／发挥／Phát huy
- 動 demonstrate／发挥／Phát huy

□0527 ★**配布**(する) はいふ
- 名 distribution／分发／Phân phát
- 動 distribute／分发／Phân phát

□0528 **捜索**(する) そうさく
- 名 search／搜索／Tìm kiếm
- 動 search／搜索／Tìm kiếm

Quick Review □解放(する) □公開(する) □応対(する) □謙遜(する) □通知(する)

Routine practices
日常行为
Hành vi hằng ngày

day33

2 する名詞

僕の趣味は、切手の収集だ。
My hobby is collecting stamps.
我的兴趣是邮票的收集。
Sở thích của tôi là thu thập tem.

あのタンクは、石油を貯蔵するためのものだ。
That tank is used for storing oil.
那个罐是用来储藏石油的。
Cái bình chứa đó là để dự trữ dầu.

引っ越しするので、不要なものを処分した。
Since I'm moving, I need to dispose of things I don't need.
因为要搬家，所以把不需要的东西处理掉了。
Tôi chuyển nhà nên bỏ đi những thứ không cần thiết.

図書館の本は、分野別に分類され、並べられている。
Books lining the library's shelves are categorized by genre.
图书馆的书被按照各个领域分类排列着。
Sách ở thư viện được phân loại và sắp xếp theo từng lĩnh vực.

空いたスペースを活用する方法を、考える。
I will think of a way to make effective use of the empty space.
思考利用空着的位置的方法。
Suy nghĩ phương pháp tận dụng các khoảng trống.

試験の時、風邪をひいて、実力を発揮できなかった。
A cold prevented me from demonstrating my full potential on the test.
考试的时候，因为感冒了，没能发挥实力。
Khi thi, tôi bị cúm nên không thể phát huy được năng lực của bản thân.

会議の時に、出席者に配布する資料を準備する。
During meetings, I prepare the materials to be distributed to the attendants.
准备会议时向出席人员分发的资料。
Chuẩn bị tài liệu phân phát cho những người tham dự cuộc họp.

警察と消防が、行方不明者の捜索を行っている。
Police and fire personnel are conducting a search for a missing person.
警察和消防队员正在进行下落不明者的搜索。
Lực lượng cảnh sát và cứu hỏa đang tìm kiếm những người mất tích.

☐ 批評(する)　☐ 分担(する)　☐ 保護(する)

Day 34

日常行為 (にちじょうこうい)

☐0529 **滞在**(する) たいざい	名 stay／停留／Lưu lại 動 stay／停留／Lưu lại
☐0530 **休息**(する) きゅうそく	名 rest／休息／Nghỉ giải lao 動 rest／休息／Nghỉ giải lao
☐0531 **経由**(する) けいゆ	名 via／经由／Thông qua 動 pass through／经由／Thông qua
☐0532 ★**体験**(する) たいけん	名 experience／体验／Trải nghiệm 動 try／体验／Trải nghiệm ≒ 経験(けいけん)(する)
☐0533 **目撃**(する) もくげき	名 witness／目击／Chứng kiến 動 witness／目击／Chứng kiến ⦿ 目撃者(もくげきしゃ)(witness／目击者／Nhân chứng)
☐0534 **工作**(する) こうさく	名 industrial arts／制作／Thủ công 動 make／制作／Thủ công
☐0535 **包装**(する) ほうそう	名 wrapping／包装／Bao bì 動 wrap／包装／Đóng gói ⦿ 包装紙(ほうそうし)(wrapping paper／包装纸／Giấy đóng gói)
☐0536 **摩擦**(する) まさつ	名 friction／摩擦／Mâu thuẫn 動 rub／摩擦／Cọ sát ⦿ 貿易摩擦(ぼうえきまさつ)(trade friction／贸易摩擦／Xung đột thương mại)

Quick Review ☐収集(する) ☐貯蔵(する) ☐処分(する) ☐分類(する) ☐活用(する)

day34

2 する名詞

夏休みに、北海道に2週間滞在した。
I stayed in Hokkaido for two weeks over summer break.
暑假在北海道停留了2个星期。
Tôi đã lưu lại Hokkaido 2 tuần vào kì nghỉ hè.

疲れた体には、休息が必要だ。
A tired body needs rest.
疲惫的身体需要休息。
Cần nghỉ giải lao khi cơ thể mệt mỏi.

この飛行機は、香港を経由してシンガポールへ行く。
This airplane passes through Hong Kong on the way to Singapore.
这架飞机经由香港飞往新加坡。
Chiếc máy bay này sẽ tới Singapore thông qua Hồng Công.

日本で、お茶や生け花を体験した。
I tried tea and flower arrangement in Japan.
在日本体验了茶道和插花。
Tôi đã trải nghiệm trà đạo và nghệ thuật cắm hoa ở Nhật Bản.

警察は、事故を目撃した人を探している。
The police are looking for someone who witnessed the accident.
警察在寻找目击事故的人。
Cảnh sát đang tìm kiếm người đã chứng kiến vụ tai nạn.

夏休みに、工作の宿題が出た。
I got industrial arts homework for over the summer.
暑假，布置了制作的作业。
Tôi được giao bài tập thủ công về nhà vào kì nghỉ hè.

プレゼント用なので、包装してください。
Please gift-wrap this.
因为是用作礼品的，请包装。
Tôi dùng làm quà tặng nên nhờ cô đóng gói giùm tôi nhé.

昔の人は、木の枝などを摩擦して、火をおこした。
In the old days, people used to rub together twigs and such to make fire.
从前的人，通过摩擦树枝等来生火。
Người xưa cọ sát các cành cây vào với nhau để tạo ra lửa.

□発揮(する)　　□配布(する)　　□捜索(する)

日常行為

□0537
実施(する)
じっし
- 名 action／实施／Thực hiện
- 動 do／实施／Thực hiện

□0538
衝突(する)
しょうとつ
- 名 collision／撞上／Xung đột
- 動 collide／撞上／Va chạm
- 合 衝突事故(collision accident／碰撞事故／Tai nạn va chạm)

□0539
専念(する)
せんねん
- 名 devotion／专心致力／Chuyên tâm
- 動 devote oneself to／专心致力／Chuyên tâm

□0540
追求(する)
ついきゅう
- 名 pursuit／追求／Theo đuổi
- 動 pursue／追求／Theo đuổi
- 類 追及(する)

□0541
抽選(する)
ちゅうせん
- 名 drawing／抽签／Cuộc rút thăm
- 動 draw lots／抽签／Rút thăm

□0542
適用(する)
てきよう
- 名 application／适用／Áp dụng
- 動 apply／适用／Áp dụng

□0543
★**負担**(する)
ふたん
- 名 burden／负担／Gánh vác
- 動 pay／负担／Chịu, gánh vác

□0544
コントロール(する)
こんとろーる
- 名 control／控制／Quản lí, kiểm soát
- 動 control／控制／Quản lí, kiểm soát

Quick Review □滞在(する) □休息(する) □経由(する) □体験(する) □目撃(する)

day34

2 する名詞

4月から、新しいサービスが実施されることになった。
A new service will be done (offered) starting in April.
从4月起，新服务开始实施。
Dịch vụ mới sẽ được thực hiện từ tháng 4.

交差点で、乗用車とトラックが衝突した。
A passenger car and truck collided in the intersection.
在十字路口，轿车和卡车撞上了。
Xe chở khách và xe tải đã va chạm nhau tại giao lộ.

仕事を辞めて、子育てに専念することにした。
I quit my job and devoted myself to raising my kids.
辞掉了工作，专心致力于育儿。
Tôi đã quyết định bỏ việc để chuyên tâm chăm sóc con.

会社は利益を追求するものだ。
Companies pursue profits.
公司是追求利益的。
Các công ty theo đuổi lợi ích của mình.

宝くじの抽選が、明日行われる。
The lottery drawing will be held tomorrow.
彩票的抽签在明天举行。
Cuộc rút thăm sẽ được tổ chức vào ngày mai.

19歳以下の飲酒禁止は、外国人にも適用されるのだろうか。
Will the minimum drinking age of 19 also apply to foreigners?
对19岁以下饮酒的禁止，也适用于外国人吗?
Việc cấm người từ 19 tuổi trở xuống uống rượu có lẽ cũng được áp dụng với cả người nước ngoài.

この旅行は会社の行事なので、ホテルの料金も会社が負担してくれる。
Because it's a company event, the company will pay the hotel charges.
这个旅行是公司的活动，酒店的费用也由公司负担。
Chuyến đi này là vì công việc nên công ty sẽ chịu chi phí khách sạn.

田中部長は、部下をコントロールするのがうまい。
General Manager Tanaka is good at controlling his team members.
田中部长很善于控制部下。
Trưởng phòng Tanaka rất giỏi trong việc quản lí cấp dưới.

□工作(する)　□包装(する)　□摩擦(する)

Day 35

気持ち・感情

□ 0545
油断(する)
ゆだん
- 名 inattention／疏忽大意／Sự lơ đễnh
- 動 drop one's guard／疏忽大意／Lơ đễnh

□ 0546
覚悟(する)
かくご
- 名 readiness／精神准备／Lường trước
- 動 ready oneself／精神准备／Lường trước

□ 0547
信仰(する)
しんこう
- 名 faith／信仰／Tín ngưỡng
- 動 have faith in／信仰／Tín ngưỡng
- 関 信仰心(piety／信仰之心／Tâm tín ngưỡng)

□ 0548
仰天(する)
ぎょうてん
- 名 astonishment／大吃一惊／Giật bắn
- 動 astonish／大吃一惊／Giật bắn

□ 0549
恐怖(する)
きょうふ
- 名 fear／恐惧／Nỗi sợ hãi
- 動 fear／恐惧／Sợ hãi
- 関 恐怖心(fearfulness／恐怖心理／Cảm giác sợ hãi)

□ 0550
苦心(する)
くしん
- 名 pains／苦心／Lao tâm khổ tứ
- 動 put in hard work／苦心／Lao tâm khổ tứ

□ 0551
嫌悪(する)
けんお
- 名 hatred／讨厌／Chán ghét
- 動 hate／讨厌／Chán ghét
- 関 嫌悪感(hatred／厌恶感／Cảm giác chán ghét)

□ 0552
憎悪(する)
ぞうお
- 名 animosity／憎恶／Căm thù
- 動 hate／憎恶／Căm thù

Quick Review □実施(する) □衝突(する) □専念(する) □追求(する) □抽選(する)

Feelings, emotions
心情、感情
Tâm trạng - Cảm xúc

day35

ちょっと油断していたら、財布を盗まれてしまった。
I got my wallet stolen when I dropped my guard a bit.
稍微疏忽大意，钱包被盗了。
Tôi chỉ lơ đễnh một chút mà bị trộm mất cái ví.

危険は覚悟の上で、冬山に登った。
I readied myself for danger and climbed the mountain in winter.
做好危险的精神准备后，进行了冬季登山。
Tôi đã lường trước được các mối nguy hiểm và leo lên núi tuyết.

信仰の自由は、憲法で保障されている。
The constitution guarantees freedom of faith.
信仰的自由，是受宪法保障的。
Tự do tín ngưỡng được hiến pháp bảo vệ.

空からお札が降ってきて、びっくり仰天した。
I was astonished when money came raining down from the sky.
纸币从天而降，大吃一惊。
Một chiếc bùa từ trên trời rơi xuống làm tôi giật bắn cả mình.

戦争に行って、死の恐怖に直面した。
I went to war and confronted my fear of death.
前去参加战争，面临了死亡的恐惧。
Tôi đã đi chiến đấu và đối diện với nỗi sợ hãi cái chết.

エジソンは、苦心に苦心を重ねて電球を発明した。
Edison went to great pains to invent the light bulb.
爱迪生下了一番又一番的苦心，发明了电灯。
Edison đã lao tâm khổ tứ để phát minh ra bóng đèn.

私は、言いたいことが言えない自分を嫌悪している。
I hate myself for not being able to say what I want to.
我讨厌自己无法说出想说的话。
Tôi chán ghét bản thân mình vì không thể nói được những điều mình muốn nói.

他国を憎悪する気持ちが、戦争につながることがある。
Hating other countries can lead to war.
憎恶他国的情绪，有时会导致战争。
Cảm giác căm thù một nước khác dẫn tới chiến tranh.

☐ 適用(する)　　☐ 負担(する)　　☐ コントロール(する)

思考・言語

□0553 講演(する) こうえん
- 名 lecture／演讲／Bài thuyết giảng
- 動 give a lecture／演讲／Thuyết giảng
- 関 講演会(lecture／演讲会／Buổi thuyết giảng)

□0554 引用(する) いんよう
- 名 quotation／引用／Trích dẫn
- 動 quote／引用／Trích dẫn

□0555 ★仮定(する) かてい
- 名 supposition／假设／Giả định
- 動 suppose／假设／Giả định

□0556 ★考慮(する) こうりょ
- 名 consideration／考虑／Xem xét
- 動 consider／考虑／Xem xét

□0557 推測(する) すいそく
- 名 deduction／推测／Phỏng đoán
- 動 deduce／推测／Phỏng đoán

□0558 予想(する) よそう
- 名 prediction／预想／Dự đoán
- 動 predict／预想／Dự đoán

□0559 予測(する) よそく
- 名 forecast／预测／Dự báo
- 動 forecast／预测／Dự báo

□0560 訂正(する) ていせい
- 名 correction／更正／Đính chính
- 動 correct／更正／Đính chính

Quick Review □油断(する) □覚悟(する) □信仰(する) □仰天(する) □恐怖(する)

Thought, language
思考、语言
Tư duy - Ngôn ngữ

day35

2 する名詞

有名な学者の講演を聞きに行った。
I went to hear a lecture by a famous scholar.
去听了著名学者的演讲。
Tôi đã đi nghe bài thuyết giảng của những vị học giả nổi tiếng.

スピーチで、偉人の言葉を引用した。
She quoted a luminary in her speech.
在演讲中引用了伟人的话。
Tôi đã trích dẫn câu nói của một vĩ nhân trong bài phát biểu của mình.

８０歳まで生きると仮定して、将来の計画を立てる。
Create a plan for the future, supposing you will live until 80.
假设活到80岁来设立将来的计划。
Tôi giả định mình sống đến 80 tuổi và lập kế hoạch cho tương lai.

周りの環境を考慮して、部屋を選ぶ。
Consider the surrounding environment when choosing an apartment.
考虑周围的环境来选择房间。
Tôi xem xét môi trường xung quanh để chọn phòng.

現場の状況から、事故の原因を推測する。
Deduce the cause of the accident from the state of the scene.
从现场的状况，推测事故的原因。
Phỏng đoán nguyên nhân vụ tai nạn từ hiện trường.

次のワールドカップでどこが優勝するか、予想する。
Predict who will win the next World Cup.
预想下届世界杯会是哪里得冠军。
Dự đoán đội nào sẽ thắng trong kì Worldcup tới.

地震がいつ起きるかを予測するのは、難しい。
It's difficult to forecast when the next earthquake will occur.
要预测地震什么时候发生是很难的。
Rất khó để dự báo khi nào động đất sẽ xảy ra.

ニュースの途中で、キャスターが間違いを訂正した。
The newscaster corrected his mistake during the newscast.
在新闻播放的中途，主持人更正了错误。
Giữa bản tin, cô phát thanh viên đã đính chính lỗi sai.

□苦心（する）　□嫌悪（する）　□憎悪（する）

Day 36 文化・娯楽

0561 競技（する）きょうぎ
- 名 competition／比赛／Cuộc thi đấu
- 動 compete／比赛／Thi đấu
- 関 競技場（sports ground／体育场／Nhà thi đấu）

0562 対戦（する）たいせん
- 名 confrontation／对战／Thi đấu với nhau
- 動 take on／对战／Thi đấu với nhau

0563 稽古（する）けいこ
- 名 practice／练习／Tập luyện
- 動 practice／练习／Tập luyện
- 類 練習（する）

0564 演技（する）えんぎ
- 名 acting／演技／Kĩ thuật trình diễn
- 動 act／表演／Diễn
- 関 演技力（acting ability／表演能力／Năng lực trình diễn）

0565 執筆（する）しっぴつ
- 名 writing／执笔／Chấp bút
- 動 write／执笔／Viết

0566 編集（する）へんしゅう
- 名 editing／编辑／Biên tập
- 動 edit／编辑／Biên tập
- 関 編集者（editor／编辑／Biên tập viên）

0567 解釈（する）かいしゃく
- 名 interpretation／解释／Giải thích
- 動 interpret／解释／Giải thích

0568 鑑賞（する）かんしょう
- 名 appreciation／欣赏／Thưởng thức
- 動 listen/watch/see etc.／欣赏／Thưởng thức
- 関 音楽鑑賞（musical appreciation／音乐鉴赏／Thưởng thức âm nhạc）

Quick Review □講演（する） □引用（する） □仮定（する） □考慮（する） □推測（する）

Culture, entertainment
文化、娱乐
Văn hóa - Giải trí

day36

1 名詞
2 する名詞
3 動詞
4 形容詞
5 副詞
6 その他

この会場では、体操の競技が行われる。
This facility is used to hold gymnastics competitions.
在这个会场会举行体操比赛。
Cuộc thi đấu thể dục thể thao sẽ được tổ chức tại hội trường này.

決勝で、ランキング１位と４位の選手が対戦した。
The athletes who ranked first and fourth took each other on in the finals.
在决赛中，排名第1和第4的选手对战了。
Tuyển thủ ở vị trí số 1 và số 4 sẽ thi đấu với nhau trong trận chung kết.

息子は週に１度、空手の稽古に通っている。
My son goes to karate practice once a week.
儿子每周会参加一次空手道的练习。
Con trai tôi cứ một tuần 1 lần đi tập luyện karate.

この俳優は演技がうまい。
This actor is good at acting.
这个演员演技很好。
Diễn viên này có kĩ thuật trình diễn rất tốt.

今、卒業論文を執筆しているところだ。
I am writing my graduation thesis right now.
现在正在执笔毕业论文。
Giờ tôi đang viết khóa luận tốt nghiệp.

家族で撮ったビデオを編集した。
I edited video I took with my family.
编辑了和家人一起拍摄的视频。
Tôi đã biên tập lại video quay cả gia đình.

この文の意味は、どう解釈すればいいのだろうか。
How should I interpret the meaning of this sentence?
这个句子的意思要怎样解释才好呢?
Tôi nên giải thích ý nghĩa của câu này như thế nào.

休日にクラシック音楽を鑑賞する。
I listen to classical music on my days off.
在假日里欣赏古典音乐。
Tôi thường thưởng thức âm nhạc cổ điển vào ngày nghỉ.

□予想(する)　□予測(する)　□訂正(する)

仕事・技術・産業

□0569
勤務(する)
きんむ
- 名 work／工作／Công việc
- 動 work／工作／Làm việc

□0570
★**採用**(する)
さいよう
- 名 employment／录用／Tuyển dụng
- 動 employ／录用／Tuyển dụng
- 例 採用試験(employment exam／录用考试／Kì thi tuyển dụng)

□0571
転勤(する)
てんきん
- 名 transferring／调动／Chuyển công tác
- 動 transfer／调动／Chuyển công tác

□0572
就任(する)
しゅうにん
- 名 assumption of a position／就任／Nhậm chức
- 動 assume a position／就任／Nhậm chức

□0573
引退(する)
いんたい
- 名 retirement／引退／Giải nghệ
- 動 retire／引退／Giải nghệ

□0574
出世(する)
しゅっせ
- 名 career advancement／出人头地／Thăng tiến
- 動 advance one's career／出人头地／Thăng tiến

□0575
★**評価**(する)
ひょうか
- 名 rate／评价／Đánh giá
- 動 rate／评价／Đánh giá

□0576
修業(する)
しゅぎょう
- 名 study／修业／Rèn luyện
- 動 study／修业／Rèn luyện

Quick Review　□競技(する)　□対戦(する)　□稽古(する)　□演技(する)　□執筆(する)

Work, technology, industry
工作、技术、产业
Công việc - Kĩ thuật - Sản xuất

day36

2 する名詞

父は市役所に勤務している。
My dad works at city hall.
父亲在市政府工作。
Bố tôi đang làm việc tại cơ quan hành chính của thành phố.

面接で、社員の採用を決める。
Decide who to employ through interviews.
通过面试决定员工的录用。
Quyết định tuyển dụng nhân viên bằng hình thức phỏng vấn.

東京から北海道へ転勤することになった。
I was transferred from Tokyo to Hokkaido.
决定从东京调动去北海道了。
Tôi đã được quyết định chuyển công tác từ Tokyo đến Hokkaido.

副社長が社長に就任することになった。
The vice president will assume the position of president.
决定副社长就任社长了。
Phó giám đốc đã được quyết định để nhậm chức giám đốc.

その選手は、４０歳で現役を引退した。
That athlete retired at the age of 40.
那个选手40岁从现役引退了。
Cầu thủ ấy đã giải nghệ vào năm 40 tuổi.

将来出世して大臣になるのが夢だ。
His dream is to advance his career and become a government minister.
梦想是将来能出人头地，成为大臣。
Ước mơ của tôi là thăng tiến trở thành bộ trưởng trong tương lai.

この作品は、高い評価を受けている。
This piece is rated highly.
这部作品得到了很高的评价。
Tác phẩm này đang nhận được đánh giá cao.

プロの料理人になるために、修業している。
He is studying now to become a professional chef.
为了成为专业的厨师而在修业。
Tôi đang rèn luyện để trở thành đầu bếp chuyên nghiệp.

□編集(する)　□解釈(する)　□鑑賞(する)

Day 37

仕事・技術・産業

□0577
開発(する)
かいはつ
- 名 development／开发／Sự phát triển
- 動 develop／开发／Phát triển
- 商品開発(product development／商品开发／Phát triển sản phẩm)

□0578
改良(する)
かいりょう
- 名 improvement／改良／Cải thiện
- 動 improve／改良／Cải thiện

□0579
加工(する)
かこう
- 名 processing／加工／Chế biến
- 動 process／加工／Chế biến
- 加工食品(processed food／加工食品／Thực phẩm chế biến)

□0580
製作(する)
せいさく
- 名 production／制造／Chế tạo
- 動 produce／制造／Chế tạo
- 制作(する)

□0581
電化(する)
でんか
- 名 electrification／电气化／Điện khí hóa
- 動 electrify／电气化／Điện khí hóa
- 電化製品(electrical appliances／电器／Sản phẩm điện khí)

□0582
発射(する)
はっしゃ
- 名 launch／发射／Phóng
- 動 launch／发射／Phóng

□0583
反応(する)
はんのう
- 名 response／反应／Phản ứng
- 動 respond／反应／Phản ứng
- 無反応(unresponsiveness／没有反应／Không phản ứng)

□0584
測定(する)
そくてい
- 名 measurement／测量／Đo lường
- 動 measure／测量／Đo
- 身体測定(physical measurements／身体测量／Đo chiều cao cơ thể)

Quick Review　□勤務(する)　□採用(する)　□転勤(する)　□就任(する)　□引退(する)

day37

2 する名詞

研究を重ね、新しい技術の開発に成功した。
After much research, she succeeded in developing a new technology.
反复研究之下，新技术的开发成功了。
Qua nhiều nghiên cứu, sự phát triển kĩ thuật mới đã thành công.

品種の改良に成功し、青いバラが作られた。
He succeeded in improving the species, creating a blue rose.
品种的改良成功了，培育出了蓝玫瑰。
Thành công trong việc cải thiện chủng loại, giống hoa hồng xanh đã được tạo ra.

牛乳を加工して、チーズを作る。
Process milk to make cheese.
加工牛奶以制成奶酪。
Chế biến sữa để tạo ra pho-mát.

この会社は、医療用の機械を製作している。
This company produces medical machinery.
这家公司制造医疗用的机器。
Công ty này đang chế tạo máy móc dùng cho điều trị.

アジアの多くの国では、鉄道の電化が、まだあまり進んでいない。
Many countries in Asia have made little progress in electrifying trains (deploying electric trains).
在很多亚洲国家，铁路的电气化还不是很先进。
Ở nhiều nước châu Á, điện khí hóa đường sắt vẫn chưa phát triển.

ロケットの発射に成功した、というニュースがあった。
The news said they succeeded in launching the rocket.
新闻说火箭的发射成功了。
Thời sự đưa tin đã phóng tên lửa thành công.

何度もベルを押したが、反応がなかった。
I pushed the doorbell many times but there was no response.
虽然按了很多次铃，但没有反应。
Mấy lần nhấn chuông rồi nhưng chẳng có phản ứng gì.

健康診断で、身長と体重を測定した。
They measured his height and weight during the medical exam.
在健康诊断中测量了身高和体重。
Tôi đã đo chiều cao và cân nặng khi đi khám sức khỏe.

□出世(する)　　□評価(する)　　□修業(する)

仕事・技術・産業

□0585
★**改造**（する）
かいぞう
- 名 remodeling／改造／Cải tạo
- 動 remodel／改造／Cải tạo

□0586
★**申請**（する）
しんせい
- 名 application／申请／Xin, sự yêu cầu
- 動 apply／申请／Xin

□0587
作成（する）
さくせい
- 名 creation／制作／Soạn thảo
- 動 create／制作／Soạn thảo
- ≒ 作製（する）

□0588
設定（する）
せってい
- 名 setting／设定／Sự cài đặt
- 動 set／设定／Cài đặt

□0589
削除（する）
さくじょ
- 名 erasure／删掉／Xóa
- 動 erase／删掉／Xóa

□0590
ファイル（する）
ふぁいる
- 名 file／档案夹／File
- 動 file／归档／Tạo tệp

□0591
添付（する）
てんぷ
- 名 attachment／附上／Đính kèm
- 動 attach／附上／Đính kèm
- 関 添付ファイル（attachment／附件／File đính kèm）

□0592
★**変換**（する）
へんかん
- 名 conversion／变换／Chuyển đổi
- 動 convert／变换／Chuyển đổi

Quick Review　□開発（する）　□改良（する）　□加工（する）　□製作（する）　□電化（する）

day37

2 する名詞

古(ふる)い家(いえ)を改造(かいぞう)し、レストランにした。
They remodeled the old house into a restaurant.
把旧房子改造成了餐馆。
Tôi đã cải tạo ngôi nhà cũ để làm cửa hàng.

ビザの申請(しんせい)のため、大使館(たいしかん)に行(い)った。
I went to the embassy to apply for a visa.
为了签证的申请而去了大使馆。
Tôi đã đi đến đại sứ quán để xin visa.

パソコンで報告書(ほうこくしょ)を作成(さくせい)した。
I created a report on my computer.
用电脑制作了报告。
Tôi đã soạn thảo báo cáo bằng máy tính cá nhân.

エアコンの温度(おんど)を26度(ど)に設定(せってい)した。
I set the air conditioning temperature to 26℃.
把空调的温度设定为26度了。
Tôi đã cài đặt nhiệt độ điều hòa ở 26 độ.

辞(や)めた会員(かいいん)の名前(なまえ)を名簿(めいぼ)から削除(さくじょ)した。
He erased the names of members who had quit from the register.
把辞退的会员姓名从名单上删掉了。
Tôi xóa tên các hội viên đã nghỉ trong danh bạ.

書類(しょるい)をファイルに挟(はさ)んでおいた。
I put the documents into a file.
把文件夹在档案夹里了。
Tôi đã kẹp sẵn tài liệu vào file.

メールに資料(しりょう)を添付(てんぷ)して送(おく)る。
Send an e-mail with an attached document.
在邮件中附上资料发送。
Tôi đính kèm tài liệu vào mail rồi gửi đi.

漢字(かんじ)を間違(まちが)って変換(へんかん)し、意味(いみ)のわからない文(ぶん)になってしまった。
I accidentally converted (changed) the kanji and the sentence made no sense.
汉字变换错了，结果成了意义不明的句子。
Tôi chuyển đổi nhầm chữ kanji nên câu trở thành vô nghĩa.

☐発射(する)　☐反応(する)　☐測定(する)

Day 38

仕事・技術・産業
(しごと・ぎじゅつ・さんぎょう)

□0593
★収穫 (する)
しゅうかく

- 名 harvest／收获／Thu hoạch
- 動 harvest／收获／Thu hoạch

□0594
発掘 (する)
はっくつ

- 名 discovery／发掘／Khai quật
- 動 discover／发掘／Khai quật

□0595
観測 (する)
かんそく

- 名 observation／观测／Quan trắc
- 動 observe／观测／Quan trắc

□0596
汚染 (する)
おせん

- 名 pollution／污染／Sự ô nhiễm
- 動 pollute／污染／Ô nhiễm
- 関 汚染物質(おせんぶっしつ)(pollutant／污染物质／Vật chất bị ô nhiễm)

□0597
開催 (する)
かいさい

- 名 hosting／举办／Tổ chức
- 動 host／举办／Tổ chức

□0598
設置 (する)
せっち

- 名 installation／设置／Lắp đặt
- 動 install／设置／Lắp đặt

□0599
展示 (する)
てんじ

- 名 display／展示／Triển lãm
- 動 display／展示／Triển lãm
- 関 展示会(てんじかい)(exhibition／展览会／Buổi triển lãm)

□0600
実演 (する)
じつえん

- 名 demonstration／实际演示／Biểu diễn
- 動 demonstrate／实际演示／Biểu diễn
- 関 実演販売(じつえんはんばい)(demonstration sales／演示销售／Bán hàng tiếp thị)

Quick Review □改造(する) □申請(する) □作成(する) □設定(する) □削除(する)

day38

2 する名詞

この地方では、年に2回、米が収穫できる。
Rice can be harvested twice a year in this region.
这个地方每年能收获2次大米。
Ở vùng này, có thể thu hoạch lúa 1 năm 2 lần.

エジプトで、古代の王の墓が発掘された。
The tomb of an ancient king was discovered in Egypt.
在埃及发掘了古代的王的坟墓。
Ngôi mộ của vị vua cổ đại đã được khai quật ở Ai Cập.

気象台が、気温や雲の動きを観測している。
The meteorological observatory is observing temperature and cloud movement.
气象台在观测气温和云的动态。
Đài khí tượng đang quan trắc chuyển động của nhiệt độ và mây.

工場からの排水による海の汚染が、問題になっている。
The pollution of the seas by factory effluents is a problem.
工厂的排水所引起的海洋污染已经成为问题。
Sự ô nhiễm biển do nước thải từ các nhà máy đã trở thành vấn đề nhức nhối.

2008年に、北京でオリンピックが開催された。
The Olympics were hosted in Beijing in 2008.
2008年，奥运会在北京举办了。
Năm 2008, Olimpic được tổ chức tại Bắc Kinh.

駅の中に銀行のATMが設置されている。
There is a bank ATM installed in the station.
车站内设置了银行的ATM。
Cây ATM của ngân hàng được lắp đặt bên trong nhà ga.

ショールームで、新製品を展示している。
New products are being displayed in the showroom.
在展览室展示新产品。
Đang triển lãm sản phẩm mới tại showroom.

テレビで、いろいろな商品の使い方を実演し、販売している。
They are selling a variety of products by demonstrating how to use them on TV.
在电视上实际演示各种商品的使用方法，并进行销售。
Biểu diễn cách dùng của nhiều sản phẩm và bán hàng trên TV.

☐ファイル（する）　☐添付（する）　☐変換（する）

組織・グループ

□0601 当選（する）とうせん
- 名 election／当选／Đắc cử
- 動 be elected／当选／Đắc cử
- ⇔ 落選（する）(lose an election／落选／Không trúng cử)

□0602 公表（する）こうひょう
- 名 publishing／公布／Công bố
- 動 publish／公布／Công bố

□0603 可決（する）かけつ
- 名 passage／通过／Thông qua
- 動 pass／通过／Thông qua
- ⇔ 否決（する）(reject／否决／Phủ quyết)

□0604 寄付（する）きふ
- 名 donation／捐赠／Quyên góp
- 動 donate／捐赠／Quyên góp

□0605 ★貢献（する）こうけん
- 名 contribution／贡献／Cống hiến
- 動 contribute／贡献／Cống hiến

□0606 リード（する）りーど
- 名 lead／引领／Sự dẫn đầu
- 動 lead／引领／Dẫn đầu

□0607 ★規制（する）きせい
- 名 regulation／限制／Quy chế
- 動 regulate／限制／Quy định

□0608 解散（する）かいさん
- 名 dispersal／解散／Giải tán
- 動 disperse／解散／Giải tán
- ⇔ 集合（する）(gather／集合／Tập hợp)

Quick Review　□収穫（する）　□発掘（する）　□観測（する）　□汚染（する）　□開催（する）

Organizations, groups
组织、集团
Tổ chức - Tập đoàn

day38

1	名詞
2	する名詞
3	動詞
4	形容詞
5	副詞
6	その他

選挙に当選して、議員になった。
She won the election and became a legislator.
在选举中当选，成了议员。
Tôi đã đắc cử trong cuộc bầu cử và trở thành đại biểu quốc hội.

ホームページで結果を公表する。
Publish the results on the website.
在主页上公布结果。
Công bố kết quả trên trang chủ.

法案が賛成多数で可決された。
The bill was passed by majority vote.
法案因多数赞成而通过了。
Dự thảo luật đã được thông qua với đa số phiếu tán thành.

売り上げの一部を福祉団体に寄付する。
Donate part of the proceeds to a charity.
把销售额的一部分捐赠给福利团体。
Quyên góp một phần doanh thu cho tổ chức phúc lợi.

地域の発展に貢献したいと考えている。
I want to contribute to regional development.
想为地区的发展贡献力量。
Tôi muốn cống hiến cho sự phát triển của khu vực.

わが社は、ロボット開発で世界をリードしている。
Our company leads the world in robot development.
我们公司在机器人开发上引领世界。
Công ty chúng ta đang dẫn đầu thế giới trong lĩnh vực phát triển robot.

農作物の輸入を規制している。
The government is regulating the import of agricultural products.
限制农作物的进口。
Quy định việc nhập khẩu nông sản.

このツアーは、18時に東京駅で解散する予定だ。
For this tour, we are supposed to disperse at 6 p.m. at Tokyo station.
这个旅行预定18点在东京站解散。
Tour này dự định sẽ giải tán ở ga Tokyo vào lúc 18h.

☐設置(する)　☐展示(する)　☐実演(する)

Day 39 経済(けいざい)

□0609 **所有**(する) しょゆう
- 名 possession／拥有／Sở hữu
- 動 possess／拥有／Sở hữu

□0610 ★**供給**(する) きょうきゅう
- 名 supply／供给／Cung cấp
- 動 supply／供给／Cung cấp
- ⇔ 需要(じゅよう)(demand／需求／Nhu cầu)

□0611 **支給**(する) しきゅう
- 名 payment／支付／Cấp
- 動 pay／支付／Cấp

□0612 **支出**(する) ししゅつ
- 名 expenditure／支出／Chi ra
- 動 pay／支出／Chi ra

□0613 **勘定**(する) かんじょう
- 名 check／账／Thanh toán
- 動 settle／计算／Thanh toán

□0614 **四捨五入**(する) ししゃ・ごにゅう
- 名 rounding up／四舍五入／Làm tròn
- 動 round up／四舍五入／Làm tròn

□0615 **統計**(する) とうけい
- 名 statistics／统计／Thống kê
- 動 collect statistics／统计／Thống kê

□0616 **募金**(する) ぼきん
- 名 fundraising／募捐／Quyên tiền
- 動 raise funds／募捐／Quyên tiền

Quick Review　□当選(する)　□公表(する)　□可決(する)　□寄付(する)　□貢献(する)

Economy
经济
Kinh tế

day39

2 する名詞

所有していた土地を売却した。
She sold the land she possessed.
把拥有的土地卖掉了。
Tôi đã bán khu đất mình sở hữu.

この発電所は、東京に電力を供給している。
This power station supplies Tokyo with electricity.
这个发电站向东京供给电力。
Nhà máy phát điện này đang cung cấp điện cho Tokyo.

私の会社では、7月と12月にボーナスが支給される。
At my company, bonuses are paid in July and December.
我的公司7月和12月会支付奖金。
Ở công ty tôi, tiền thưởng được cấp vào tháng 7 và tháng 12.

夫の給料から生活費を支出する。
I pay living expenses out of my husband's salary.
从丈夫的工资中支出生活费。
Chi ra chi phí sinh hoạt từ tiền lương của chồng.

お勘定、お願いします。
Please bring the check.
请结账。
Cô thanh toán tiền giúp tôi.

45を四捨五入すると50だ。
Rounding 45 up gives you 50.
45四舍五入就成为50。
Làm tròn 45 thành 50.

国の統計によると、人口が増加している。
According to national statistics, the population is increasing.
根据国家的统计，人口在增加。
Theo thống kê của nhà nước, dân số đang tăng lên.

ボランティア団体に募金した。
We raised funds for the volunteer organization.
为志愿团体募捐了。
Tôi đã quyên tiền cho các tổ chức tình nguyện.

☐リード(する)　☐規制(する)　☐解散(する)

1 名詞
3 動詞
4 形容詞
5 副詞
6 その他

変化(へんか)

□0617 安定(する) あんてい
- 名 stability／稳定／Ổn định
- 動 be stable／稳定／Ổn định
- ⇔ 不安定(な)(ふあんてい)(unstable／不稳定(的)／Không ổn định)

□0618 悪化(する) あっか
- 名 worsening／恶化／Tình trạng xấu đi
- 動 worsen／恶化／Trở nên xấu đi

□0619 ★一定(する) いってい
- 名 fixed／一定／Nhất định
- 動 fix／固定／Cố định

□0620 ★展開(する) てんかい
- 名 carrying out／开展／Triển khai
- 動 carry out／开展／Triển khai

□0621 完結(する) かんけつ
- 名 completion／完结／Hoàn thành
- 動 bring to completion／完结／Hoàn thành

□0622 完了(する) かんりょう
- 名 completion／完毕／Hoàn tất
- 動 complete／完毕／Hoàn tất

□0623 更新(する) こうしん
- 名 renewal／更新／Gia hạn, cập nhật
- 動 renew／更新／Gia hạn, cập nhật

□0624 ★改正(する) かいせい
- 名 revision／修改／Sửa đổi
- 動 revise／修改／Sửa đổi

Quick Review □所有(する) □供給(する) □支給(する) □支出(する) □勘定(する)

Change
変化
Sự thay đổi

day39

1	名詞
2	する名詞
3	動詞
4	形容詞
5	副詞
6	その他

現在、患者の状態は安定している。
The patient's condition is currently stable.
现在，病人状态稳定。
Hiện tại, tình trạng bệnh nhân đang ổn định.

病状が急激に悪化した。
Her condition suddenly worsened.
病情急剧恶化了。
Bệnh tình đột nhiên trở nên xấu đi.

会社の記録は、一定の期間、保存しなければならない。
The company has to keep records for a fixed period.
公司的记录必须保存一定的期间。
Sổ sách của công ty phải được lưu trữ trong một thời gian nhất định.

ボランティアで教育活動を展開している。
They are carrying out educational activities as volunteers.
正以志愿者的形式开展教育活动。
Các tình nguyện viên đang triển khai các hoạt động giáo dục.

このマンガは３０巻で完結した。
The manga series was brought to completion with 30 volumes.
这部漫画30卷就完结了。
Tác phẩm truyện tranh này đã hoàn thành với 30 tập.

サインをすると、手続きが完了する。
Provide your signature to complete the procedures.
签名后，手续就完毕了。
Kí xong là thủ tục sẽ hoàn tất.

パスポートを更新しに行った。
I went to renew my passport.
去更新护照了。
Tôi đã đi gia hạn passport.

時代に合わせて法律を改正する。
Revise laws to fit the times.
根据时代修改法律。
Sửa đổi luật phù hợp với thời đại.

□四捨五入(する)　　□統計(する)　　□募金(する)

Day 40

変化(へんか)

□0625
増大(する)
ぞうだい
- 名 increase／増大／Tăng cao
- 動 increase／増大／Tăng cao

□0626
★**上昇**(する)
じょうしょう
- 名 rise／上升／Sự tăng lên
- 動 rise／上升／Tăng lên

□0627
下降(する)
かこう
- 名 descent／下降／Sự hạ xuống
- 動 descend／下降／Hạ xuống
- ＊景気(けいき)が下降(かこう)する(the economy is on the decline／经济下滑／Tình hình kinh tế đi xuống)

□0628
★**アップ**(する)
あっぷ
- 名 increase／提高／Sự nâng lên
- 動 increase／提高／Nâng

□0629
達成(する)
たっせい
- 名 achievement／达成／Thành tựu
- 動 achieve／达成／Đạt được

□0630
短縮(する)
たんしゅく
- 名 shortening／缩短／Sự rút ngắn
- 動 shorten／缩短／Rút ngắn
- ⇔ 延長(えんちょう)(する)(lengthen／延长／Kéo dài)

□0631
伸縮(する)
しんしゅく
- 名 stretching／伸缩／Sự co giãn
- 動 stretch／伸缩／Co giãn

□0632
★**解消**(する)
かいしょう
- 名 relief／消除／Giải quyết
- 動 relieve／消除／Giải quyết

Quick Review　□安定(する)　□悪化(する)　□一定(する)　□展開(する)　□完結(する)

day40

2 する名詞

真夏は電力の需要が増大する。
Electricity demand increases in the middle of summer.
盛夏的电力的需求增大。
Nhu cầu về điện tăng cao vào giữa hè

午後になり、気温が上昇してきた。
Moving into afternoon, the temperature has risen.
到了下午，气温上升了。
Về chiều, nhiệt độ dần tăng lên.

飛行機が目的地に近付き、下降しはじめた。
The airplane is approaching its destination and has begun to descend.
飞机靠近目的地，开始下降。
Máy bay bay đến gần đích thì bắt đầu hạ xuống.

売り上げを10パーセントアップさせたい。
We are looking to increase sales by 10%.
想将销售额提高10%。
Tôi muốn nâng doanh thu lên 10%.

やっと目標を達成することができた。
We finally achieved our goal.
终于能够达成目标了。
Cuối cùng cũng đã đạt được mục tiêu.

どうすれば、労働時間を短縮できるだろうか。
How can we shorten working hours?
如何才能缩短劳动时间呢?
Làm thế nào để rút ngắn thời gian lao động?

これは伸縮する生地なので、とても着やすい。
This material is very comfortable because it stretches.
这是会伸缩的面料，很好穿。
Đây là loại vải co giãn nên dễ mặc lắm.

ストレスを解消することは、大切だ。
It is important to relieve stress.
消除压力是很重要的。
Việc giải quyết stress rất quan trọng.

☐完了(する)　☐更新(する)　☐改正(する)

変化

0633 続出(する) ぞくしゅつ
- 名 successive appearance／接连发生／Việc xảy ra liên tiếp
- 動 appear one after another／接连发生／Xảy ra liên tiếp

0634 侵入(する) しんにゅう
- 名 infiltration／入侵／Đột nhập
- 動 infiltrate／入侵／Đột nhập

0635 ★発生(する) はっせい
- 名 occurrence／发生／Phát sinh
- 動 occur／发生／Xảy ra
- ≒ 起きる

0636 加減(する) かげん
- 名 adjustment／调整／Điều chỉnh
- 動 adjust／调整／Điều chỉnh

0637 開会(する) かいかい
- 名 going into session／开会／Khai mạc
- 動 go into session／开会／Khai mạc
- 関 開会式(opening ceremony／开幕式／Lễ khai mạc)
- ⇔ 閉会(する)（adjourn／闭幕／Bế mạc）

0638 退場(する) たいじょう
- 名 exit／退场／Sự rời khỏi
- 動 leave／退场／Rời khỏi (sân,...)
- ⇔ 入場(する)(enter／入场／Vào (sân, hội trường...))

0639 ★移転(する) いてん
- 名 relocation／迁移／Sự chuyển đi
- 動 relocate／迁移／Chuyển đi

0640 定着(する) ていちゃく
- 名 establishment／扎根／Định hình
- 動 establish／扎根／Có chỗ đứng vững chắc

Quick Review □増大(する) □上昇(する) □下降(する) □アップ(する) □達成(する)

day40

2 する名詞

ビルの設計ミスで、トラブルが続出している。
Mistakes in the building's design have seen problems appear one after another.
由于大楼的设计失误，纠纷接连发生。
Các vấn đề khó khăn xảy ra liên tiếp do lỗi thiết kế tòa nhà.

何者かが侵入したのか、警報が鳴った。
The alarm went off, perhaps because someone had infiltrated.
不知道是不是什么人入侵了，警报响了。
Báo động vang lên, hình như có ai đó đột nhập vào.

この交差点では、よく事故が発生する。
Accidents often occur at this intersection.
这个十字路口经常发生事故。
Ở ngã tư này hay xảy ra tai nạn.

「好みに合わせて、砂糖の量を加減してください」
"Please adjust the amount of sugar to taste."
"请根据喜好，调整砂糖的分量。"
"Hãy điều chỉnh lượng đường tùy thích nhé."

通常、国会は1月に開会する。
The Diet normally goes into session in January.
通常，国会在1月开会。
Thường thì quốc hội sẽ khai mạc vào tháng 1.

ルールに違反した選手を退場させる。
Make players who violate the rules leave.
让违反规则的选手退场。
Cầu thủ phạm luật sẽ bị buộc rời khỏi sân.

来月、事務所が移転する。
My office is relocating next month.
下个月，事务所迁移。
Tháng sau văn phòng sẽ chuyển đi.

インターネットが、生活スタイルの一部として定着した。
The Internet has become established as a part of people's lifestyles.
因特网作为生活方式的一部分而扎根下来了。
Internet đã có chỗ đứng vững chắc như là một phần của phong cách sống.

□短縮(する)　□伸縮(する)　□解消(する)

1 名詞
2 する名詞
3 動詞
4 形容詞
5 副詞
6 その他

Day 41

状態(じょうたい)

□0641 **維持**(する) いじ
- 名 maintenance／维持／Duy trì
- 動 maintain／维持／Duy trì
- ≒ キープ(する)

□0642 ★**キープ**(する) きーぷ
- 名 keeping／保持／Giữ nguyên
- 動 keep／保持／Giữ nguyên
- ≒ 維持(する)

□0643 **平行**(する) へいこう
- 名 parallel／平行／Song song
- 動 run parallel to／平行／Song song
- ⇔ 交差(する)(intersect／交叉／Giao nhau)

□0644 ★**交差**(する) こうさ
- 名 intersection／交叉／Sự giao nhau
- 動 intersect／交叉／Giao nhau
- 連 交差点(intersection／交叉点／Giao lộ)
- ⇔ 平行(する)(run parallel to／平行／Song song)

□0645 ★**マッチ**(する) まっち
- 名 matching／般配／Sự phù hợp
- 動 match／般配／Phù hợp

□0646 ★**反映**(する) はんえい
- 名 incorporation／反映／Phản ánh
- 動 incorporate／反映／Phản ánh

□0647 **一致**(する) いっち
- 名 agreement／一致／Thống nhất
- 動 agree／一致／Thống nhất

□0648 **矛盾**(する) むじゅん
- 名 contradiction／矛盾／Mâu thuẫn
- 動 contradict／矛盾／Mâu thuẫn

Quick Review □続出(する) □侵入(する) □発生(する) □加減(する) □開会(する)

Situation
状态
Trạng thái

day 41

1	名詞
2	**する名詞**
3	動詞
4	形容詞
5	副詞
6	その他

今の生活の水準を維持し続けたい。
I want to maintain my current standard of living.
想维持现在的生活水平。
Tôi muốn tiếp tục duy trì tiêu chuẩn của cuộc sống hiện tại.

セットした髪型をキープするのは、難しい。
It's hard to keep my hairdo in place.
要保持做好的发型是很难的。
Rất khó để giữ nguyên kiểu tóc đã làm.

線路と平行している道を歩いていくと、駅に着く。
You'll arrive at the station if you walk the road parallel to the train tracks.
沿着与铁路平行的道路走就会到达车站。
Cứ đi bộ dọc con đường song song với đường ray thì sẽ đến ga.

道路が交差した所に、コンビニがある。
There is a convenience store where the roads intersect.
在道路交叉的地方有便利店。
Có cửa hàng tiện lợi chỗ đường giao nhau.

消費者のニーズにマッチした商品を、開発する。
Develop a product that matches consumer needs.
开发与消费者需求般配的商品。
Phát triển sản phẩm phù hợp với nhu cầu của người tiêu dùng.

消費者の声を製品に反映する。
Incorporate consumer feedback into products.
把消费者的声音反映到产品上。
Phản ánh tiếng nói của người tiêu dùng trong sản phẩm.

グループ全員の意見が一致した。
All group members were in agreement.
小组全体人员的意见一致了。
Ý kiến của toàn bộ thành viên trong nhóm đã thống nhất.

行動が、言っていることと矛盾している。
His actions contradict his words.
行动和说的话相矛盾。
Hành động mâu thuẫn với lời nói.

□退場(する)　□移転(する)　□定着(する)

状態
じょうたい

□0649 構成（する）こうせい
- 名 composition ／组成／ Cấu tạo
- 動 comprise ／组成／ Cấu thành

□0650 充実（する）じゅうじつ
- 名 fullness ／充实／ Sự đầy đủ
- 動 be full ／充实／ Đầy đủ

□0651 贅沢（する）ぜいたく
- 名 luxury ／奢侈／ Hoành tráng, xa xỉ
- 動 splurge ／奢侈／ Hoành tráng, xa xỉ
- 形 贅沢（な）

□0652 総合（する）そうごう
- 名 overall accounting of ／综合／ Tổng hợp
- 動 take an overall account of ／综合／ Tổng hợp
- 関 総合的（な）(comprehensive ／综合性(的)／ Tính tổng hợp)

□0653 中断（する）ちゅうだん
- 名 cancellation ／中断／ Sự gián đoạn
- 動 cancel ／中断／ Gián đoạn

□0654 伝染（する）でんせん
- 名 infection ／传染／ Truyền nhiễm
- 動 infect ／传染／ Truyền nhiễm
- 関 伝染病 (infectious disease ／传染病／ Bệnh truyền nhiễm)

□0655 生息（する）せいそく
- 名 inhabitation ／生活／ Sự sinh tồn
- 動 inhabit ／生活／ Sinh sống

□0656 噴火（する）ふんか
- 名 eruption ／喷火／ Phun trào núi lửa
- 動 erupt ／喷火／ Phun trào

Quick Review □維持（する） □キープ（する） □平行（する） □交差（する） □マッチ（する）

day 41

委員会は、さまざまな専門家で構成されている。
The committee comprises various experts.
委员会由各种各样的专家组成。
Ủy ban được cấu thành từ nhiều chuyên gia.

毎日、充実した生活を送っている。
I live a full life every day.
每天过着充实的生活。
Tôi đang sống một cuộc sống đầy đủ mỗi ngày.

結婚記念日くらいは、贅沢しよう。
For our anniversary, at least, let's splurge.
结婚纪念日就奢侈一把吧。
Cỡ như ngày kỉ niệm ngày cưới thì làm cho hoành tráng vào nhé.

さまざまな事実を総合して、結論を出した。
We took an overall account of various facts and presented a conclusion.
综合各种各样的事实，得出了结论。
Tổng hợp từ nhiều sự thật rồi đưa ra kết luận.

雨で、試合が一時的に中断した。
The match was temporarily canceled due to rain.
因为下雨，比赛一时地中断了。
Trận đấu đã bị gián đoạn vì trời mưa.

インフルエンザは伝染する病気だ。
Influenza is a malady that infects people.
流感是会传染的疾病。
Cúm là một bệnh truyền nhiễm.

この島には、珍しい鳥が生息している。
Rare birds inhabit this island.
这座岛上生活着罕见的鸟。
Những loài chim quý hiếm đang sinh sống trên hòn đảo này.

1707年に、富士山は大きな噴火を起こした。
Mt. Fuji experienced a major eruption in 1707.
1707年，富士山发生了大型的喷火。
Núi Phú Sỹ đã gây ra một vụ phun trào núi lửa lớn vào năm 1707.

□反映(する)　□一致(する)　□矛盾(する)

CHECK TEST 2

1 （　　）に入れるのに最もよいものを、1・2・3・4から一つ選びなさい。

❶ 会社の方針について、役員会で激しい（　　）があったそうだ。
　1. 講演　　2. 会談　　3. 議論　　4. 口出し

❷ 彼は仕事ができるので、上司に（　　）されている。
　1. 共感　　2. 信頼　　3. 支援　　4. 寄付

❸ 贈り物をする時、「つまらないものですが」と（　　）して言うことがある。
　1. 謙遜　　2. 言い訳　　3. 軽蔑　　4. 非難

❹ 彼はこの映画で、才能を（　　）した素晴らしい演技をしている。
　1. 実演　　2. 展示　　3. 発揮　　4. 公表

❺ 選挙は予定どおり（　　）された。
　1. 当選　　2. 実施　　3. 開催　　4. 達成

❻ 戦争の（　　）を若者に伝えるための、活動をしている。
　1. 体験　　2. 目撃　　3. 対戦　　4. 修業

❼ 一瞬の（　　）が大きな事故につながることがある。
　1. 恐怖　　2. 苦心　　3. 休息　　4. 油断

❽ 優勝チームの（　　）は、誰も当たらなかった。
　1. 推測　　2. 仮定　　3. 予測　　4. 予想

❾ 私は、この文の意味を間違って（　　）していた。
　1. 考慮　　2. 解釈　　3. 鑑賞　　4. 承認

※4桁の数字は、テキストの単語番号です。

⑩ 成績を5段階で（　　）する。
1. 批評 0518　2. 測定 0584　3. 評価 0575　4. 設定 0588

⑪ 大気の（　　）が、人々の健康に影響を与えている。
1. 伝染 0654　2. 汚染 0596　3. 悪化 0618　4. 噴火 0656

⑫ わが社は、環境に優しい商品の開発で、社会に（　　）している。
1. 援助 0505　2. 貢献 0605　3. 適用 0542　4. 対応 0512

⑬ 4月から、新幹線のダイヤが（　　）された。
1. 改正 0624　2. 訂正 0560　3. 更新 0623　4. 改造 0585

⑭ 開会から1ヵ月で、入場者数100万人を（　　）した。
1. 増大 0625　2. 統計 0615　3. 達成 0629　4. 完了 0622

⑮ この病気を治療するための新しい薬の（　　）が、待たれる。
1. 製作 0580　2. 発掘 0594　3. 改良 0578　4. 開発 0577

⑯ 平和を（　　）するのは、難しいことだ。
1. 安定 0617　2. 定着 0640　3. 維持 0641　4. 平行 0643

⑰ 国民の声を政治に（　　）させよう。
1. 反抗 0496　2. 対応 0512　3. 通知 0517　4. 反映 0646

⑱ 家具は、部屋の雰囲気に（　　）したものを選ぶのが大事だ。
1. マッチ 0645　2. 一致 0647　3. 定着 0640　4. アップ 0628

1 名詞
2 する名詞
3 動詞
4 形容詞
5 副詞
6 その他

CHECK TEST 2

2 ＿＿＿の言葉に意味が最も近いものを、1・2・3・4から一つ選びなさい。

① 本番で失敗しないように、前もってよく稽古しておく。
　1. 学習する　　2. 練習する　　3. 経験する　　4. 準備する

② 問題が発生し、マンションの建設は延期されることになった。
　1. 解消する　　2. 続出する　　3. 起きる　　4. ある

③ 要らないものを処分したら、部屋がすっきりした。
　1. 捨てる　　2. 売る　　3. 出す　　4. 分ける

④ あの人は、人を仰天させるようなことを、平気ですることがある。
　1. 泣かせる　　2. 笑わせる　　3. 怒らせる　　4. 驚かせる

ANSWER

1

① 3. 議論
② 2. 信頼
③ 1. 謙遜
④ 3. 発揮
⑤ 2. 実施
⑥ 1. 体験
⑦ 4. 油断
⑧ 4. 予想
⑨ 2. 解釈
⑩ 3. 評価
⑪ 2. 汚染
⑫ 2. 貢献
⑬ 1. 改正
⑭ 3. 達成
⑮ 4. 開発
⑯ 3. 維持
⑰ 4. 反映
⑱ 1. マッチ

2

① 2. 練習する
② 3. 起きる
③ 1. 捨てる
④ 4. 驚かせる

3 動詞
Verbs／动词／Động từ

0657-0680
身体動作
Bodily actions
身体动作
Hành động của cơ thể

0681-0712
形を変える動作
Actions involving a change of shape
改变形状的动作
Hành động thay đổi hình dạng

0713-0776
日常行為と結果
Everyday actions and results
日常行为和结果
Hành vi hàng ngày và kết quả

0777-0784
移動
Movement
移动
Di chuyển

0785-0816
人に対する行為・態度
Behaviors, attitudes towards people
对人的行为、态度
Hành vi, thái độ đối với người

0817-0832
気持ち・感情
Feelings, emotions
心情、感情
Tình cảm, cảm xúc

0833-0840
言葉に関する行為
Actions concerning words
关于语言的行为
Hành vi liên quan tới từ ngữ

0841-0848
お金に関する行為
Actions concerning money
关于金钱的行为
Hành vi liên quan tới tiền

0849-0912
状態
Situation
状态
Trạng thái

Day 42　身体動作

□0657　かじる　　I 他 bite into ／咬／ Gặm

□0658　くわえる　　II 他 put into the mouth ／叼／ Ngậm

□0659　ほほ笑む　　I 自 smile ／微笑／ Mỉm cười
名 ほほ笑み

□0660　うなる　　I 自 growl ／吼／ Gầm gừ

□0661　なでる　　II 他 stroke ／抚摸／ Xoa

□0662　放る　ほうる　　I 他 toss ／扔／ Thả
＊困っている人を放っておく
(Leave a troublesome person alone ／对有困难的人置之不理／ Bỏ mặc người đang gặp rắc rối.)

□0663　もむ　　I 他 massage ／揉／ Nắn bóp

□0664　握り締める　にぎりしめる　　II 他 clutch ／握紧／ Cầm chặt

Quick Review　□構成(する)　□充実(する)　□贅沢(する)　□総合(する)　□中断(する)

Bodily actions
身体动作
Hành động của cơ thể

day42

3 動詞

リンゴを かじったら、歯茎から血が出た。
My gums started bleeding when I bit into the apple.
咬苹果时，牙龈出血了。
Khi gặm quả táo, tôi đã bị chảy máu chân răng.

この俳優は、タバコを くわえている 姿がかっこいい。
The actor looks cool when he puts a cigarette in his mouth.
这个演员，叼着香烟的样子很帅。
Diễn viên này, khi ngậm điếu thuốc lá trông rất ngầu.

おばあさんは、赤ちゃんを見て、ほほ笑んだ。
The old lady looked at the baby and smiled.
奶奶看着婴儿微笑了。
Mẹ nhìn bé con rồi mỉm cười.

私を見て、犬がウーッと うなった。
The dog looked at me and growled.
看见我，狗汪汪地吼了一声。
Con chó gầm gừ nhìn tôi.

「よしよし」と、犬の頭を なでる。
I said "good dog" and stroked the dog's head.
抚摸着狗的头说"乖乖"。
Tôi xoa đầu chú chó nói "ngoan nào, ngoan nào".

足元にあった石を1つ、池に 放った。
I picked up a stone at my feet and tossed it into the lake.
把脚边的1块石头扔到池塘里。
Tôi đã thả một viên đá ở dưới chân xuống hồ.

人に肩を もんでもらうのは、気持ちがいい。
It feels good when someone massages your shoulders.
让人帮自己揉肩真舒服。
Được nắn bóp vai cho, cảm giác thật dễ chịu.

100円玉を2枚 握り締めて、ジュースを買いに行った。
Clutching two 100 yen coins in my hand, I went to buy a juice.
我握紧2个100日元的硬币，买果汁去了。
Tôi đã cầm chặt 2 xu 100 yên đi mua nước ép trái cây.

□伝染(する)　□生息(する)　□噴火(する)

身体動作
しんたいどうさ

□0665
抱える かかえる
II 他 hold／抱／Ôm
＊問題を抱える
（have a problem／存在问题／Có vấn đề.）

□0666
担ぐ かつぐ
I 他 shoulder／扛／Vác

□0667
背負う せおう
I 他 put on one's back／背／Vác

□0668
抱き締める だきしめる
II 他 embrace／抱紧／Ôm lấy

□0669
殴る なぐる
I 他 punch／打／Đấm

□0670
くぐる くぐる
I 自 go through／穿过／Chui qua

□0671
またがる またがる
I 自 get on／骑／Cưỡi

□0672
駆ける かける
II 自 run through／奔跑／Chạy nhanh

Quick Review ☐かじる ☐くわえる ☐ほほ笑む ☐うなる ☐なでる ☐放る ☐もむ

day42

遅刻しそうになって、かばんを抱えて走った。
Fearing I'd be late, I held my bag close and started running.
感觉要迟到了，抱着书包奔跑。
Có vẻ như bị muộn, tôi ôm cặp và chạy.

サンタクロースは、大きな袋を担いでやってくる。
Santa Claus is coming, shouldering a big sack.
圣诞老人扛着一个大袋子走过来。
Ông già Noel vác bao lớn đi phân phát quà cho trẻ nhỏ.

リュックサックを背負って、山に登る。
I'll put the backpack on my back and climb the mountain.
背着背包登山。
Tôi vác balo, leo lên núi.

母親は、優しく子どもを抱き締めた。
The mother gently embraced the child.
母亲温柔地抱紧了孩子。
Mẹ âu yếm ôm lấy con.

友達とけんかになって、思わず殴ってしまった。
I got into a fight with my friend and punched him without thinking.
和朋友吵架，忍不住打了对方。
Cãi nhau với bạn, vô tình thế nào tôi đã đấm bạn một cái.

門をくぐると、寺の建物ときれいな庭が見えた。
After going through the gate, I saw a temple building and beautiful garden.
穿过大门，就能看见寺院的建筑物和美丽的庭院。
Chui qua cổng, tôi bắt gặp ngôi chùa với sân vườn rất đẹp.

天気が良かったので、バイクにまたがり、海を見に出掛けた。
The weather was nice so I got on my motorcycle and went to see the ocean.
因为天气很好，所以骑上摩托车去看海了。
Thời tiết đẹp, tôi cưỡi xe đạp đi ra ngoài ngắm biển.

馬が草原を駆けている。
A horse is running through the meadow.
马在草原上奔跑。
Chú ngựa đang chạy nhanh trên đồng cỏ.

□握り締める

Day 43

身体動作 (しんたいどうさ)

□0673
はう
I 自 crawl ／爬／ Bò

□0674
跳ねる (はねる)
II 自 jump ／跳／ Nhảy

□0675
腰掛ける (こしかける)
II 自 sit down ／坐下／ Ngồi

名 腰掛け (こしかけ)

□0676
しゃがむ
I 自 squat ／蹲下／ Ngồi xổm

□0677
飛び込む (とびこむ)
I 自 jump in ／跳入／ Nhảy xuống

名 飛び込み (とびこみ)

□0678
振り向く (ふりむく)
I 自 turn around ／回头／ Ngoảnh mặt

□0679
★ **潜る** (もぐる)
I 自 dive ／潜入／ Lặn

□0680
★ **うつむく**
I 自 cast one's eyes down ／低头／ Cúi mặt

Quick Review □抱える □担ぐ □背負う □抱き締める □殴る □くぐる □またがる

day43

3 動詞

地面を、１匹の虫がはっていた。
A bug is crawling along the ground.
地面上有一只虫子在爬。
Có một con sâu đang bò trên mặt đất.

ウサギは、ピョンピョン跳ねて、逃げていった。
The rabbit jumped (hopped around) and ran off.
兔子砰砰地跳着逃跑了。
Thỏ nhảy lò cò để chạy trốn.

公園のベンチに腰掛けて、おしゃべりした。
She sat down on the park bench and chatted with someone.
在公园的长椅上坐下聊天。
Chúng tôi ngồi trên ghế đá ở công viên để trò chuyện tán gẫu.

しゃがんで、庭の草を取る。
Squat and pick grass from the garden.
蹲下除去庭园的草。
Tôi ngồi xổm xuống để nhặt cỏ trong vườn.

選手は、合図の音でプールに飛び込んだ。
The player jumped into the pool on the signal.
选手听到信号音就跳入游泳池。
Tiếng còi xuất phát vang lên, các vận động viên nhảy xuống hồ bơi.

名前を呼ばれて振り向くと、昔の恋人が立っていた。
I heard my name and turned around to see an old flame standing there.
听到有人叫名字，回头看见以前的恋人站在那里。
Nghe có ai đó gọi tên mình, ngoảnh mặt lại thì thấy người yêu cũ đã đứng ngay trước mặt.

沖縄の海に潜ると、きれいな魚がたくさん見られます。
Dive into the waters around Okinawa and you'll see beautiful fish.
潜入冲绳的海里可以看见很多漂亮的鱼。
Khi lặn xuống biển Okinawa, bạn có thể thấy vô vàn cá đẹp.

彼の前で、彼女は恥ずかしそうにうつむいていた。
Standing in front of him, she shyly cast her eyes down.
在他面前，她害羞地低着头。
Trước mặt anh, cô ấy chỉ cúi mặt ngượng ngùng.

☐ 駆ける

形を変える動作

□0681
刻む
きざむ

I 他 chop／剁碎／Thái

□0682
むく
むく

I 他 peel／削／Gọt

□0683
練る
ねる

I 他 knead／揉和／Nhào trộn
＊計画を練る
（work out a plan／研究计划／Lập kế hoạch）

□0684
裏返す
うらがえす

I 他 flip／翻过来／Lật ngược

自 裏返る

□0685
砕く
くだく

I 他 crush／捣碎／Nghiền

自 砕ける

□0686
ひねる
ひねる

I 他 twist／拧转／Vặn

□0687
伏せる
ふせる

II 他 put something face down／朝下／Úp

自 伏す

□0688
絞る
しぼる

I 他 wring／拧／Vắt

≒ 搾る

Quick Review □はう □跳ねる □腰掛ける □しゃがむ □飛び込む □振り向く □潜る

Actions involving a change of shape
改变形状的动作
Hành động thay đổi hình dạng

day43

1 名詞
2 する名詞
3 動詞
4 形容詞
5 副詞
6 その他

ハンバーグを作るために、タマネギを刻んだ。
I chopped onions to make hamburg steak.
为了制作汉堡肉饼而把洋葱剁碎了。
Tôi đã thái nhỏ hành tây để làm hamburger.

私はリンゴの皮をむくのが下手だ。
I'm terrible at peeling apples.
我不擅长削苹果皮。
Tôi gọt vỏ táo rất dở.

小麦粉に水を入れて混ぜたら、よく練ってください。
After adding water to the flour, knead it well.
在小麦粉里加入水后，请好好揉和。
Sau khi đổ nước trộn với bột mì, hãy nhào trộn thật kỹ vào nhé.

魚を裏返して、反対側を焼く。
Flip the fish and cook the opposite side.
把鱼翻过来烤对面。
Lật ngược cá để rán mặt còn lại.

氷を砕いて、ジュースに入れる。
Crush the ice and put it in the juice.
把冰捣碎，放入到果汁里。
Nghiền nhỏ đá viên, cho vào nước ép trái cây.

蛇口をひねると、いつでもお湯が出ます。
Twist (turn) the tap on to get warm water anytime.
拧转水龙头，总会有热水流出。
Vặn vòi nước, bất cứ lúc nào cũng có nước nóng.

茶わんを伏せて、テーブルに置いておいた。
I put the teacup face down on the table.
把碗朝下扣放在桌子上。
Úp bát, đặt ngay ngắn trên bàn.

ぬれた雑巾を絞って、机の上を拭いた。
I wrung out the wet rag and used it to wipe the table.
把湿抹布拧干抹桌面。
Vắt khô dẻ lau ướt, rồi lau mặt bàn.

□ うつむく

Day 44

形を変える動作

□0689
ちぎる
ち ぎ る
　I 他 tear up／撕碎／Xé vụn
　自 ちぎれる

□0690
剥がす
は が す
　I 他 take down／揭下／Bóc
　⇔ 貼る(put up／贴／Dán)
　自 剥がれる

□0691
★**畳む**
た た む
　I 他 fold／折叠／Gấp

□0692
めくる
め く る
　I 他 turn a page／翻／Lật dở
　自 めくれる

□0693
★**縛る**
し ば る
　I 他 bind／绑／Bó

□0694
裂く
さ く
　I 他 tear up／撕开／Xé
　自 裂ける

□0695
染める
そ め る
　II 他 dye／染／Nhuộm
　自 染まる

□0696
縫う
ぬ う
　I 他 sew／缝／May

Quick Review　□刻む　□むく　□練る　□裏返す　□砕く　□ひねる　□伏せる　□絞る

別れた彼の写真を、ばらばらにちぎって捨てた。
I tore up a picture of my ex-boyfriend and threw it away.
把分手了的他的照片撕碎扔掉了。
Tôi xé vụn vất đi tấm ảnh của anh ta sau khi chia tay.

古いポスターは剥がして、新しいのを貼ろう。
Let's take down the old poster and put up a new one.
揭下旧海报，换新的吧。
Hãy bóc tấm áp phích cũ, rồi dán cái mới vào.

Tシャツを畳んで、タンスにしまった。
We folded the T-shirts and put them in the dresser.
把T恤折叠后收进衣橱了。
Tôi đã gấp áo sơ mi cho vào trong tủ rồi.

月の初めに、カレンダーをめくる。
I turn to a new page of the calendar at the beginning of the month.
在月初翻日历。
Cứ vào đầu tháng là tôi lại lật dở tờ lịch tháng mới.

古い雑誌を、ひもで縛って捨てた。
I bound the old magazines in string and threw them away.
用绳子把旧杂志绑起来扔掉了。
Dùng dây thừng bó đống tạp chí cũ để vất đi.

布を裂いて結び、ひもを作った。
I tore some cloth up, put the pieces together, and made rope.
把布撕开连结在一起做成了绳子。
Xé vải, nối với nhau làm thành dây.

最近は、高齢の女性もよく髪を染めている。
Lots of elderly women even are dying their hair nowadays.
最近，高龄的女性也经常染头发。
Gần đây, ngay cả phụ nữ lớn tuổi cũng hay nhuộm tóc.

母親は、子どものために服を縫った。
The kids' mother sewed clothing for them.
母亲为孩子缝了衣服。
Mẹ may quần áo cho con mình.

形を変える動作

□0697
崩す
くずす
▶ I 他 level／拆毁／Phá
自 崩れる

□0698
削る
けずる
▶ I 他 sharpen／削／Gọt
自 削れる

□0699
ほどく
ほどく
▶ I 他 untie／解开／Tháo
⇔ 結ぶ(tie／系／Buộc)
自 ほどける

□0700
どける
どける
▶ II 他 move／移开／Đẩy
自 どく

□0701
組み合わせる
くみあわせる
▶ II 他 combine／组合／Lắp ghép
名 組み合わせ

□0702
はめる
はめる
▶ II 他 put on／戴上／Đeo
自 はまる

□0703
積む
つむ
▶ I 他 load／装载／Xếp

□0704
詰める
つめる
▶ II 他 pack／装入／Nhét
自 詰まる

Quick Review　□ちぎる　□剥がす　□畳む　□めくる　□縛る　□裂く　□染める　□縫う

day44

山を崩して、マンションを建てている。
They have leveled the mountain and are building a condominium.
把山拆毁建了公寓。
Người ta phá quả núi để xây dựng khu căn hộ.

先が丸くなった鉛筆を、削る。
Sharpen the pencil with the rounded tip.
把尖端变钝的铅笔削尖。
Gọt bút chì đã bị mòn đầu.

仕事から帰ったら、まずネクタイをほどく。
When I get home the first thing I do is untie (take off) my tie.
从工作回来后首先解开领带。
Ngay khi đi làm về, đầu tiên là phải tháo cà vạt.

じゃまなので、車をどけてください。
Your car's in the way – please move it.
碍着人了，请把车移开。
Xe để thế này vướng quá, anh hãy đẩy xe ra chỗ khác giúp.

この機械は、さまざまな部品を組み合わせて作られている。
This machine was made by combining a variety of parts.
这机器是由各种各样的零件组合制成的。
Máy này được lắp ghép từ rất nhiều các linh kiện.

花婿は、花嫁の指に結婚指輪をはめた。
The groom put the wedding ring on the bride's finger.
新郎在新娘的手指上戴上了结婚戒指。
Chú rể đã đeo chiếc nhẫn kết hôn vào tay cô dâu.

トラックに引っ越しの荷物を積む。
Load the luggage to be moved onto the truck.
把搬家的行李装载到卡车上。
Tôi xếp đồ đạc chuyển nhà lên xe tải.

旅行に行くので、かばんに荷物を詰める。
We're going on a trip, so I'll pack my belongings in a bag.
因为要去旅行，所以把行李装入包里。
Tôi chuẩn bị đi du lịch nên nhét đầy đồ vào túi hành lý.

---

1 名詞
2 する名詞
3 動詞
4 形容詞
5 副詞
6 その他

Day 45

形を変える動作

□0705 **生やす** (はやす)
I 他 grow ／留／Mọc
自 生える

□0706 **ふさぐ** (ふさぐ)
I 他 cover／堵上／Bịt
自 ふさがる

□0707 **ねじる** (ねじる)
I 他 twist／扭转／Xoay
自 ねじれる

□0708 **こする** (こする)
I 他 rub／搓／Chà
自 こすれる

□0709 **狭める** (せばめる)
II 他 narrow／缩短／Thu hẹp
自 狭まる

□0710 **添える** (そえる)
II 他 accompany／添上／Đính kèm

□0711 **寄せる** (よせる)
II 他 pull／靠近／Tạt vào
*自 波が寄せる
（a wave approaches／波浪涌来／Sóng xô bờ）

□0712 **区切る** (くぎる)
I 他 partition／隔开／Ngăn
名 区切り

Quick Review □崩す □削る □ほどく □どける □組み合わせる □はめる □積む

day45

3 動詞

父はひげを生やしている。
Dad is growing a beard.
父亲留着胡子。
Bố tôi đang để mọc râu.

袋の穴をテープでふさいだ。
I covered the hole in the bag with tape.
用胶纸把袋子上的孔堵上了。
Tôi đã dán băng dính để bịt lỗ thủng ở bao.

「体を曲げる運動の後は、体をねじる運動です」
"After exercises where you bend the body, do some that twist the body."
"在弯曲身体的运动后，是扭转身体的运动。"
"Sau vận động gập người, tiếp đến vận động xoay người."

寒いので、手をこすって温める。
It's cold, so I rub my hands together to warm them.
因为很冷，于是搓着手取暖。
Thời tiết lạnh, chà hai bàn tay vào nhau để làm ấm.

2位の選手がスピードを上げ、1位の選手との距離を狭めてきた。
The athlete in second place sped up and narrowed the distance to the leader.
排在第2位的选手加快速度，缩短了与第1位选手的距离。
Vận động viên đứng thứ hai tăng tốc, thu hẹp khoảng cách với vận động viên đứng thứ nhất.

カードを添えて、プレゼントを贈る。
Send a present with an accompanying card.
添上卡片，赠送礼物。
Gửi quà có đính kèm thẻ.

車を道の端に寄せて止める。
Pull the car to the side of the road and stop.
把车靠近路边停下。
Tôi cho xe tạt vào lề đường rồi dừng lại.

1つの部屋を区切って、2人で使っている。
We partitioned the room and now share it between the two of us.
把1个房间隔开，给2个人使用。
Một phòng ngăn ra làm đôi để cho 2 người sử dụng.

☐詰める

日常行為と結果

□0713
改める
あらためる

Ⅱ他 improve／改变／Thay đổi

自 改まる
あらた

□0714
生かす
いかす

Ⅰ他 make use of／发挥／Phát huy

□0715
★**補う**
おぎなう

Ⅰ他 replenish／补充／Bù đắp

□0716
★**込める**
こめる

Ⅱ他 put into／贯注／Dồn

□0717
★**抑える**
おさえる

Ⅱ他 control／抑制／Kiềm chế

⊚ 押さえる（seize／按压／Nắm giữ）
お

□0718
★**負う**
おう

Ⅰ他 carry (on one's back)／背／Vác

＊責任を負う
せきにん　お
（assume responsibility／负责／Chịu trách nhiệm）

□0719
省く
はぶく

Ⅰ他 save／省略／Lược bớt

□0720
★**済ます**
すます

Ⅰ他 finish／做完／Kết thúc

自 済む
す

Quick Review　□生やす　□ふさぐ　□ねじる　□こする　□狭める　□添える　□寄せる

Everyday actions and results
日常行为和结果
Hành vi hàng ngày và kết quả

day45

1	名詞
2	する名詞
3	動詞
4	形容詞
5	副詞
6	その他

病気になって、生活習慣を改めた。
After getting sick, he improved his habits.
生病后改变了生活习惯。
Sau trận ốm, tôi đã thay đổi thói quen sinh hoạt.

自分の能力を生かすことのできる仕事がしたい。
I want a job where I can make use of my abilities.
想做能够发挥自己能力的工作。
Tôi muốn làm công việc nào có thể phát huy được năng lực của bản thân.

汗をかいた時は、水分を補うようにしてください。
Please replenish your fluids when you sweat.
出汗时请补充水分。
Khi toát mồ hôi nhiều hãy cố gắng bù đắp lại lượng nước cho cơ thể.

大好きな彼のために、心を込めて、セーターを編む。
I knitted a sweater for the boyfriend I adore, putting my heart into it.
为了最喜欢的他，贯注全心，编织毛衣。
Tôi dồn cả tấm lòng để đan chiếc áo len tặng anh ấy, người mà tôi hết lòng yêu thương.

薬で痛みを抑えて、試合に出た。
Controlling the pain with medicine, I played in the game.
用药抑制疼痛后参加了比赛。
Tôi uống thuốc kiềm chế cơn đau để tham gia thi đấu.

大きな荷物を背中に負って、男たちは山道を上った。
The men climbed the mountain path carrying large packs on their back.
男人们在背上背着巨大的行李登上山道。
Những người đàn ông vác hành lý lớn trên lưng, theo đường mòn leo lên núi.

時間がないので、詳しい説明は省きます。
There's no time, so I'll save you the detailed explanation.
因为没有时间，所以省略详细的说明。
Vì thời gian không còn, tôi sẽ lược bớt phần giải thích chi tiết.

宿題を済ませてから、遊びに行く。
I'll go play after I finish my homework.
做完作业后再去玩。
Sau khi kết thúc bài tập về nhà, thì tôi sẽ đi chơi.

☐ 区切る

Day 46 日常行為と結果
にちじょうこうい　けっか

□0721
誤る
あやまる
- I 他 make a mistake／误／Nhầm
- 名 誤り

□0722
ひっくり返す
ひっくりかえす
- I 他 knock over／弄倒／Đánh đổ
- 自 ひっくり返る

□0723
暴れる
あばれる
- II 自 make a scene／胡闹／Làm ầm ĩ lên

□0724
漏らす
もらす
- I 他 leak／泄漏／Tiết lộ
- 自 漏れる

□0725
痛める
いためる
- II 他 hurt／弄伤／Đau

□0726
逃がす
にがす
- I 他 let something go／没有抓住／Tuột mất
- 自 逃げる

□0727
妨げる
さまたげる
- II 他 hinder／妨碍／Cản trở

□0728
ひく
ひく
- I 他 hit／轧／Chèn ngã

Quick Review　□改める　□生かす　□補う　□込める　□抑える　□負う　□省く

day46

誤って、塩の代わりに砂糖を入れてしまった。
I made a mistake and put sugar in instead of salt.
误把砂糖当盐下了。
Tôi bị nhầm cho đường thay vì phải cho muối vào.

水が入ったコップをひっくり返してしまった。
I accidentally knocked over the cup of water.
把装着水的杯子弄倒了。
Tôi đã đánh đổ cốc đầy nước.

男が、酒に酔って暴れている。
The drunken man is making a scene.
男人喝醉了在胡闹。
Đàn ông khi say rượu hay làm ầm ĩ lên.

おしゃべりしていて、友達の秘密を漏らしてしまった。
I was gabbing away and accidentally leaked my friend's secret.
在聊天的时候泄漏了朋友的秘密。
Khi nói chuyện phiếm tôi đã tiết lộ bí mật của bạn mình.

サッカーをしていて、足を痛めた。
I hurt my foot when playing soccer.
踢足球把脚弄伤了。
Tôi đã bị đau chân sau khi chơi đá bóng.

警察は、犯人を逃がしてしまった。
The police accidentally let the criminal go.
警察没有抓住犯人。
Cảnh sát đã để tuột mất tội phạm.

ベビー服は、赤ちゃんの動きを妨げないものがいい。
Good baby clothes shouldn't hinder the baby's movement.
婴儿服以不妨碍宝宝活动的为佳。
Quần áo cho trẻ nhỏ tốt nhất nên dùng đồ không gây cản trở hoạt động của trẻ.

暗い夜道で、猫をひきそうになった。
I almost hit a cat on the dimly-lit road home.
在漆黑的夜路上，差点把猫轧了。
Tôi suýt nữa thì chèn ngã con mèo trong đường đêm tối.

☐ 済ます

日常行為と結果

☐0729 **引き受ける** ひきうける	Ⅱ他 accept／承担／Đảm nhiệm
☐0730 **立ち向かう** たちむかう	Ⅰ自 fight／对抗／Đương đầu
☐0731 **果たす** はたす	Ⅰ他 fulfill／达成／Hoàn thành ＊約束を果たす (fulfill a promise／履行承诺／Giữ lời hứa)
☐0732 **努める** つとめる	Ⅱ自 try／努力／Cố gắng
☐0733 **務める** つとめる	Ⅱ他 act／担任／Làm
☐0734 **誓う** ちかう	Ⅰ他 pledge／发誓／Thề hẹn
☐0735 **受かる** うかる	Ⅰ自 pass／及格／Thi đỗ ⇔落ちる(fail／未及格／Trượt)
☐0736 **敗れる** やぶれる	Ⅱ自 lose／败北／Thua ⇔勝つ(win／胜利／Thắng)

Quick Review ☐誤る ☐ひっくり返す ☐暴れる ☐漏らす ☐痛める ☐逃がす ☐妨げる

day46

3 動詞

お金のためなら、どんな仕事でも喜んで引き受けます。
I'll happily accept any kind of work if they'll pay me.
为了钱，任何工作都乐意承担。
Nếu là vì tiền, thì dù công việc nào tôi cũng sẵn sàng đảm nhiệm.

回復するには、病気に立ち向かう、強い心が大事だ。
It's important to show resolve and fight the illness if you are to get better.
要康复，对抗疾病的强大内心是很重要的。
Để nhanh chóng hồi phục, điều quan trọng là phải có ý chí mạnh mẽ dám đương đầu với bệnh tật.

目的を果たしたら、帰国するつもりだ。
I will go back to my country after fulfilling my mission.
打算达成目的就回国。
Sau khi hoàn thành mục tiêu tôi định sẽ trở về nước.

遅刻しないよう、早起きに努めている。
I am trying to wake up early so that I'm not late.
为了不迟到，正在努力早起。
Tôi đang cố gắng dậy sớm để không bị muộn làm.

友達の結婚パーティーで、司会を務めた。
I acted as MC at my friend's wedding reception.
担任朋友结婚典礼的司仪。
Tôi đã làm chủ hôn trong lễ cưới của bạn tôi.

2人は愛を誓ったのに、半年後に別れてしまった。
The two broke up, despite pledging their love for each other six months earlier.
2人发誓相爱，却在半年后分手了。
Hai người này mặc dù đã thề hẹn yêu thương nhau, vậy mà chỉ nửa năm sau đã chia tay nhau.

試験に受かって、大喜びした。
I was elated when I passed the test.
考试及格了，非常高兴。
Tôi đã rất vui vì thi đỗ.

残念ながら、1回戦で敗れてしまった。
Sadly, we lost in the first round.
很遗憾，在第一轮比赛中败北了。
Đáng tiếc là đội tôi đã thua trong vòng đầu tiên.

☐ ひく

Day 47

日常行為と結果

□0737
まく
まく
▶ I 他 sprinkle／洒／Tưới

□0738
掘る
ほる
▶ I 他 dig／挖／Đào

□0739
耕す
たがやす
▶ I 他 plow／耕／Cày cấy

□0740
すすぐ
すすぐ
▶ I 他 rinse／涮洗／Súc

□0741
かき回す
かきまわす
▶ I 他 stir／搅拌／Khuấy

□0742
なぞる
なぞる
▶ I 他 trace／描／Tô lại

□0743
***描く**
えがく
▶ I 他 draw／画／Vẽ
＊夢を描く
(have a dream／描绘梦想／Tô vẽ giấc mơ)

□0744
ぶら下げる
ぶらさげる
▶ II 他 suspend／佩带／Đeo lòng thòng
自 ぶら下がる

Quick Review □引き受ける □立ち向かう □果たす □努める □務める □誓う

day47

3 動詞

暑いので、庭に水をまいた。
It was hot, so I sprinkled water on (watered) the garden.
因为天热，所以在院子里洒了水。
Nắng nóng, nên tôi đã tưới nước ngoài vườn.

庭に穴を掘って、木を植えた。
I dug a hole in the yard and planted a tree.
在院子里挖洞种了树。
Tôi đã đào một cái hố ngoài vườn để trồng cây.

農夫が畑を耕している。
The farmer is plowing the field.
农夫正在耕田。
Người nông dân đang cày cấy trên ruộng.

ペットボトルは、水ですすいでから捨ててください。
Please rinse out the plastic bottle and throw it away.
塑料瓶请用水涮洗后再扔掉。
Hãy súc nước chai nhựa rồi hãy vất ra thùng rác.

私が帰った時、母は台所で鍋をかき回していた。
When I got home, my mom was in the kitchen stirring a pot.
我回去时，母亲正在厨房搅拌着锅。
Khi trở về, mẹ đang khuấy nồi trên bếp.

お手本の字を、なぞって書いた。
I drew characters by tracing the examples given.
描着字帖书写。
Tôi tô lại mẫu chữ để viết.

飛行機が、白い線を描いて、飛んで行った。
The airplane drew a white line in the sky as it flew away.
飞机画着白线飞走了。
Máy bay vẽ một đường màu trắng trên không, rồi bay đi.

ボブは、いつも首にペンダントをぶら下げている。
Bob is always suspending a pendant from his neck (wearing a pendant).
鲍勃总是在脖子上佩带着垂饰。
Bob lúc nào cũng đeo lòng thòng dây chuyền trên cổ.

☐受かる　☐敗れる

日常行為と結果

□0745
組み立てる
くみたてる

Ⅱ他 assemble／装配／Lắp ráp

□0746
使い分ける
つかいわける

Ⅱ他 use for different purposes／灵活运用／Lựa chọn dùng

□0747
仕上げる
しあげる

Ⅱ他 finish／完成／Hoàn thành
自 仕上がる
名 仕上げ

□0748
刷る
する

Ⅰ他 print／印／In

□0749
突く
つく

Ⅰ他 prick／扎／Đâm

□0750
覆う
おおう

Ⅰ他 cover／蒙上／Che

□0751
★**受け入れる**
うけいれる

Ⅱ他 accept／接受／Tiếp nhận

□0752
★**作り出す**
つくりだす

Ⅰ他 create／制造出／Tạo ra

Quick Review　□まく　□掘る　□耕す　□すすぐ　□かき回す　□なぞる　□描く

day47

兄は、プラモデルを組み立てるのが得意だ。
My brother is good at assembling plastic models.
哥哥很擅长装配模型。
Anh trai tôi rất giỏi lắp ráp mô hình bằng nhựa.

2色のペンを使い分けて、メモを取る。
I used two-color ballpoint pens to take notes, using each color for different purposes.
灵活运用双色笔来记笔记。
Tôi lựa chọn dùng bút bi hai màu để ghi chép.

この作品を仕上げるのに、3年かかった。
Finishing this piece took three years.
完成这部作品花了3年时间。
Tôi đã mất 3 năm để hoàn thành tác phẩm này.

印刷会社に頼んで、ポスターを刷ってもらった。
I had a printing company print the posters.
委托印刷公司印了海报。
Tôi đã nhờ công ty in ấn để in giúp tấm áp phích quảng cáo.

縫い物をしていて、針で指を突いてしまった。
When I was sewing, I pricked my finger on the needle.
在做针线活儿时，手指被针扎到了。
Khi khâu đồ, tôi đã bị kim đâm vào ngón tay.

試合に敗れ、両手で顔を覆って泣いた。
When I lost the game, I covered my face with my hands and sobbed.
比赛输了，用双手蒙上脸而哭了。
Bị thua, tôi đã lấy hai tay che mặt khóc.

私の大学は、多くの留学生を受け入れている。
My university is accepting a lot of international students.
我的大学接受有很多留学生。
Trường đại học của tôi tiếp nhận rất đông các lưu học sinh.

発明とは、今までなかった新しいものを作り出すことだ。
Inventing is creating entirely new things.
发明是指制造出至今没有的新东西。
Phát minh là việc tạo ra những cái mới từ trước tới nay chưa từng có.

☐ぶら下げる

Day 48

日常行為と結果

□0753 **のぞく** (のぞく) ▶ I他 peek／看一看／Liếc nhìn

□0754 **見詰める** (みつめる) ▶ II他 stare／凝视／Nhìn chằm chằm

□0755 **見直す** (みなおす) ▶ I他 review／重看／Xem lại

□0756 **見分ける** (みわける) ▶ II他 discern／辨別／Phân biệt

□0757 **引き返す** (ひきかえす) ▶ I自 turn back／折回／Quay trở lại

□0758 **引っ込む** (ひっこむ) ▶ I自 retreat into／退缩／Thụt vào
他 引っ込める

□0759 **よす** (よす) ▶ I他 not do/go／作罢／Dừng

□0760 ★**終える** (おえる) ▶ II他 finish／做完／Kết thúc
≒ 済ます

Quick Review □組み立てる □使い分ける □仕上げる □刷る □突く □覆う

day48

母は時々、私の部屋に様子をのぞきに来る。
My mother sometimes peeks into my room to check on me.
母亲有时会来看一看我房间的情况。
Mẹ thỉnh thoảng tới liếc nhìn vào phòng tôi xem thế nào.

ボブは彼女の顔をじっと見詰めた。
Bob stared at her face.
鲍勃一动不动地凝视着她的脸。
Bob nhìn chằm chằm vào mặt cô ấy.

テストの時は、答えをよく見直すようにしましょう。
When taking a test, review your answers carefully.
考试时，请好好重看答案。
Khi làm bài kiểm tra, nên xem lại câu trả lời.

ブランド品の偽物を見分けるのは、難しい。
It's difficult to discern counterfeits of brand name goods.
品牌商品的冒牌货很难辨别。
Rất khó để phân biệt hàng nhái của một thương hiệu nổi tiếng.

道を間違えているのに気が付いて、引き返した。
They turned back after they realized they were on the wrong path.
发现走错路了，于是折回。
Phát hiện ra mình đang đi sai đường, tôi đã quay trở lại đường cũ.

ネズミは猫に気付くと、急いで穴に引っ込んだ。
The mouse noticed the cat and hurriedly retreated into his hole.
老鼠发现猫，就赶紧退缩到洞里去了。
Con chuột phát hiện ra mèo, liền vội vàng thụt lại vào lỗ.

風邪をひいたので、飲み会はよしておきます。
I caught a cold, so I'm not going to go to out drinking.
因为感冒了，所以酒会就作罢了。
Do bị cảm lạnh nên tôi phải dừng tham gia vào các buổi liên hoan.

仕事を終えて、家に帰るところだ。
I finished my work so I'm going home.
做完工作，正准备回家。
Sau khi kết thúc công việc thì về nhà.

☐受け入れる　☐作り出す

日常行為と結果

□0761 ★欠かす (かかす)	I 他 neglect／缺／Thiếu ㊙ 欠かさず～(never fail to／不缺／Không thiếu)
□0762 追う (おう)	I 他 follow／追／Đuổi theo
□0763 捕らえる (とらえる)	II 他 catch／逮住／Bắt được ㊙ (チャンスを)捉える(seize (an opportunity)／抓住(机会)／Nắm được cơ hội)
□0764 除く (のぞく)	I 他 except／除了／Trừ
□0765 ★就く (つく)	I 自 hold (a position)／就任／Bắt tay vào làm
□0766 ★収める (おさめる)	II 他 achieve／取得／Thu được ㊙ (税金を)納める(pay (taxes)／纳税／Nộp thuế) 自 収まる
□0767 そらす (そらす)	I 他 dodge／岔开／Lảng sang chuyện khác 自 それる
□0768 生み出す (うみだす)	I 他 produce／创造出／Sản sinh ra

Quick Review ☐のぞく ☐見詰める ☐見直す ☐見分ける ☐引き返す ☐引っ込む

day48

3 動詞

外国語学習に、辞書は欠かせないものだ。
Dictionaries are not to be neglected (are indispensable) for foreign language study.
学外语，字典是不能缺的工具。
Từ điển là thứ không thể thiếu khi học ngoại ngữ.

子どもが泣きながら母親の後を追う。
The children followed after their mother, crying.
孩子哭着追在母亲身后。
Đứa trẻ vừa khóc lóc vừa đuổi theo sau mẹ nó.

スーパーで、店員がすりを捕らえた。
At the supermarket, an employee caught a pickpocket.
在超市，店员逮住了小偷。
Ở siêu thị, nhân viên siêu thị đã bắt được kẻ móc túi.

この店は、日曜を除き、毎日夜11時まで開いている。
Except for Sunday, this store is open every day until 11 p.m.
这家店除了星期日以外，每天都开到晚上11点。
Cửa hàng này mở cửa tới 11 giờ đêm hàng ngày, trừ ngày chủ nhật.

田中さんは、会社の重要なポストに就いている。
Mrs. Tanaka holds an important position at the company.
田中先生就任了公司的重要职位。
Anh Tanaka bắt tay vào làm bài viết quan trọng cho công ty.

新型ロケットの実験は、成功を収めた。
Success was achieved in the test of the new rocket.
新型火箭的实验取得了成功。
Thử nghiệm tên lửa đời mới đã thu được thành công.

言いたくないことを聞かれて、話をそらした。
Asked about something she didn't want to talk about, she dodged the subject.
被问到不想说的事，于是把话岔开了。
Khi bị hỏi về chuyện không thích nói, tôi đã lảng sang chuyện khác.

新しい技術を生み出すために、研究を続けている。
We continue to conduct research in order to produce new technologies.
为了创造出新技术而持续进行着研究。
Người ta tiếp tục nghiên cứu để sản sinh ra các kỹ thuật mới.

☐よす ☐終える

Day 49

日常行為と結果

□0769
持ち込む
もちこむ
Ⅰ他 bring onto／帯入／Mang

□0770
取り入れる
とりいれる
Ⅱ他 embrace／引进／Tiếp thu

□0771
手放す
てばなす
Ⅰ他 part with／舍弃／Buông tay

□0772
★**扱う**
あつかう
Ⅰ他 handle／使用／Sử dụng

□0773
整える
ととのえる
Ⅱ他 organize／整理／Chuẩn bị
自 整う

□0774
解く
とく
Ⅰ他 solve／解答／Giải
自 解ける

□0775
★**招く**
まねく
Ⅰ他 invite／邀请／Mời

□0776
よこす
よこす
Ⅰ他 give／来／Chuyển đến

Quick Review □欠かす □追う □捕らえる □除く □就く □収める □そらす

飛行機に危険なものを持ち込んではいけない。
You may not bring dangerous objects onto airplanes.
不能把危险的东西带入飞机。
Không được mang đồ nguy hiểm lên máy bay.

恵子は、流行を取り入れることに熱心だ。
Keiko is eager to embrace new trends.
惠子很热衷于引进流行。
Keiko rất hào hứng trong việc tiếp thu các trào lưu.

家も土地も手放して、外国に渡った。
They parted with their land and house and moved overseas.
把家和土地都舍弃了前往国外。
Cả nhà hay đất đai tôi đều buông tay, để ra nước ngoài.

私は、この機械を扱ったことがない。
I've never handled this machine before.
我没有使用过这个机器。
Tôi chưa từng sử dụng cái máy này.

明日の会議の書類を、整えておいてください。
Please organize the documents for tomorrow's meeting.
请整理好明天会议的资料。
Hãy chuẩn bị trước tài liệu cho cuộc họp ngày mai.

この問題を解くのは、僕には無理だ。
Solving this problem is impossible for me.
我无法解答这个问题。
Giải được câu này quá khó đối với tôi.

有名な先生を招いて、お話をしていただいた。
Upon our invitation, the renowned teacher gave a talk.
邀请了有名的老师来讲话。
Tôi đã mời được giáo viên nổi tiếng về nói chuyện với chúng ta.

月に1度は電話をよこしてくださいね。
Please give me a call once a month.
每月请来1次电话。
Mỗi tháng hãy chuyển đến một cuộc điện thoại nhé.

□生み出す

移動 (いどう)

0777 訪れる (おとずれる)
II 自 visit／访问／Thăm

*春が訪れる
(spring comes／春天来临／Mùa xuân tới)

0778 近寄る (ちかよる)
I 自 get near／靠近／Tới gần

0779 突き当たる (つきあたる)
I 自 come to the end of／走到尽头／Đến chỗ tận cùng

0780 通り掛かる (とおりかかる)
I 自 happen to pass by／路过／Tình cờ đi ngang qua

0781 通り過ぎる (とおりすぎる)
II 自 go past／经过／Đi qua

0782 ★巡る (めぐる)
I 自 go around／巡游／Đi quanh

0783 横切る (よこぎる)
I 自 cut across／横穿过／Băng qua

0784 ★至る (いたる)
I 自 lead to／至／Dẫn tới

Quick Review □持ち込む □取り入れる □手放す □扱う □整える □解く □招く

Movement
移动
Di chuyển

day49

1 名詞
2 する名詞
3 動詞
4 形容詞
5 副詞
6 その他

紅葉を見るために、秋の京都を訪れた。
I visited Kyoto in the fall in order to see the autumn leaves.
为了赏红叶而访问了秋天的京都。
Tôi đã tới thăm Kyoto vào mùa thu để ngắm cây lá đỏ.

その犬に近寄ると、かまれますよ。
That dog will bite you if you get near him.
靠近那条狗会被咬哦。
Nếu tới gần con chó đó sẽ bị nó cắn cho đấy.

まっすぐ行って、突き当たったら右に曲がってください。
Please go straight and turn right when you come to the end of the street.
直走，走到尽头请往右拐。
Anh hãy đi thẳng, đến chỗ tận cùng hãy rẽ sang bên phải.

おいしそうなパン屋の前を通り掛かったので、買ってきた。
I happened to pass by a store with delicious looking bread, so I bought some.
因为路过了美味的面包店，所以就买来了。
Tình cờ đi ngang qua trước tiệm bánh, thèm quá tôi đã vào đó mua.

真っ赤な車が、家の前を通り過ぎて行った。
An all-red car went past my house.
鲜红的汽车从家门前经过。
Chiếc ô tô màu đỏ rực đã đi qua trước cửa nhà tôi.

世界中の国々を巡る旅に出掛けた。
I set off on a trip to go around the countries of the world.
前往了巡游各国的旅行。
Tôi đã bắt đầu cuộc hành trình đi quanh nhiều nước trên thế giới.

道路を横切っていて、車にひかれそうになった。
I cut across the street and was almost hit by a car.
横穿过道路，差点被车撞了。
Băng qua đường, gần như tôi đã bị chiếc xe ô tô kẹp.

山の頂上へ至る道を、一歩一歩登って行った。
I climbed step by step up the path leading to the summit.
一步一步登上了至山顶的道路。
Tôi đã leo bộ từng bước từng bước trên con đường dẫn tới đỉnh ngọn núi.

☐ よこす

Day 50 人に対する行為・態度

□0785
★与える
あたえる
Ⅱ他 give ／给／ Cho

□0786
敬う
うやまう
Ⅰ他 honor ／敬／ Tôn kính

□0787
倣う
ならう
Ⅰ自 follow ／仿照／ Phỏng theo

□0788
救う
すくう
Ⅰ他 rescue ／救／ Cứu

名 救い

□0789
慰める
なぐさめる
Ⅱ他 comfort ／安慰／ An ủi

名 慰め

□0790
見守る
みまもる
Ⅰ他 keep an eye on ／监护／ Dõi theo

□0791
甘やかす
あまやかす
Ⅰ他 spoil ／娇纵／ Nuông chiều

□0792
励ます
はげます
Ⅰ他 encourage ／鼓励／ Động viên

名 励まし

Quick Review　□訪れる　□近寄る　□突き当たる　□通り掛かる　□通り過ぎる　□巡る

Behaviors, attitudes towards people
对人的行为、态度
Hành vi, thái độ đối với người

day50

3 動詞

園内の動物に、餌を与えないでください。
Please do not give food to animals in the park.
请不要把食物给园内的动物。
Đừng cho động vật trong sở thú ăn đồ ăn.

先祖を敬い、お墓に花を供えた。
To honor an ancestor, I put flowers on his grave.
在墓前献花敬祖。
Tỏ lòng tôn kính tới tổ tiên, tôi đã đặt hoa trên mộ.

前例に倣って、大会の中止を決定した。
Following a previous example, they decided to cancel the convention.
仿照前例，决定了中止大会。
Phỏng theo lệ cũ, người ta đã quyết định dừng giải đấu.

青年が、川で溺れた子どもを救った。
The boy rescued a child who was drowning in the river.
青年救了河中溺水的孩子。
Một thanh niên đã cứu được em bé bị đuối nước trên sông.

失恋して泣いている友達を、慰めた。
She comforted a heartbroken friend who was crying.
安慰了因失恋而哭泣的朋友。
Tôi đã an ủi người bạn khóc lóc vì bị thất tình.

親はいつも、子どもの成長を見守っているものだ。
Parents are always keeping an eye on their children's growth.
父母总是监护着孩子的成长。
Bố mẹ lúc nào cũng dõi theo sự trưởng thành của con mình.

子どもを甘やかすのは、良くない。
It's not good to spoil children.
娇纵孩子是不好的。
Nuông chiều con là không tốt.

病気の友達を励ますために、手紙を書いた。
To encourage a sick friend, I wrote him a letter.
为了鼓励生病的朋友而写了信。
Tôi đã viết thư để động viên người bạn đang bị ốm.

☐横切る　☐至る

人に対する行為・態度

□0793
勧める
すすめる
- Ⅱ他 recommend ／ 劝 ／ Khuyên
- 名 勧め

□0794
わびる
わびる
- Ⅱ他 apologize ／ 道歉 ／ Xin lỗi
- ≒ 謝る

□0795
聞き返す
ききかえす
- Ⅰ他 ask to say again ／ 反复问 ／ Hỏi lại

□0796
応じる
おうじる
- Ⅱ自 in response to ／ 按照 ／ Ứng với
- ≒ 応ずる

□0797
だます
だます
- Ⅰ他 deceive ／ 欺骗 ／ Lừa

□0798
争う
あらそう
- Ⅰ他 compete ／ 争夺 ／ Đua nhau
- 名 争い

□0799
傷つける
きずつける
- Ⅱ他 hurt ／ 伤害 ／ Làm tổn thương
- 自 傷つく

□0800
裏切る
うらぎる
- Ⅰ他 betray ／ 背叛 ／ Phản bội
- 名 裏切り

Quick Review　□与える　□敬う　□倣う　□救う　□慰める　□見守る　□甘やかす

day50

3 動詞

医者は患者に、運動するように勧めた。
The doctor recommended the patient exercise.
医生劝患者做运动。
Bác sĩ đã khuyên bệnh nhân nên cố gắng vận động.

手紙の返事を書かなかった失礼を、わびた。
I apologized for my rudeness in not writing a reply to the letter.
为没有写回信的失礼行为道歉。
Tôi đã xin lỗi vì sự thất lễ không viết thư trả lời.

日本語がわからなくて、聞き返した。
I didn't understand his Japanese and asked him to say it again.
不懂日语而反复问了。
Tôi không hiểu tiếng Nhật nên đã phải hỏi lại.

この店は、客の注文に応じて、肉の焼き方を変える。
This restaurant will cook meat differently in response to the customer's order.
这家店按照顾客的要求改变肉的烤法。
Cửa hàng này thay đổi cách nướng thịt ứng với yêu cầu đặt hàng của khách.

お年寄りをだましてお金を取るなんて、ひどい。
Deceiving the elderly and taking their money—it's awful.
欺骗老年人获取金钱，真是太不好了。
Lừa người già để lấy tiền thì thật là tệ.

ライバルの2人が、優勝を争って戦った。
The two rivals competed for victory.
两名对手为了争夺冠军而战斗。
Hai đối thủ đua nhau tranh giành chiến thắng.

僕の言葉が、彼女の心を傷つけてしまった。
My words hurt her feelings.
我的话语伤害了她的心。
Những lời nói của tôi đã làm tổn thương trái tim của cô ấy.

信じていた部下に裏切られた。
I was betrayed by a subordinate I trusted.
被信任的部下背叛了。
Đã bị cấp dưới mà mình luôn tin tưởng phản bội lại.

□励ます

Day 51

人に対する行為・態度

□0801
からかう
からかう
▶ I 他 tease ／戏弄／ Chọc ghẹo

□0802
脅かす
おどかす
▶ I 他 surprise ／吓／ Dọa

□0803
責める
せめる
▶ II 他 reprimand ／责备／ Trách mắng

□0804
にらむ
にらむ
▶ I 他 glare ／瞪眼／ Lườm

□0805
★ **逆らう**
さからう
▶ I 自 go against ／逆／ Ngược

□0806
奪う
うばう
▶ I 他 steal ／抢夺／ Cướp đoạt

＊命を奪う
(take a life ／夺去性命／ Đoạt tính mạng)

□0807
★ **雇う**
やとう
▶ I 他 hire ／雇用／ Thuê

□0808
威張る
いばる
▶ I 自 put on airs ／摆架子／ Kiêu ngạo

Quick Review　□勧める　□わびる　□聞き返す　□応じる　□だます　□争う　□傷つける

day51

3 動詞

デートしている友達を、からかった。
I teased a friend who was dating someone.
戏弄了正在约会的朋友。
Tôi đã chọc ghẹo người bạn đang hẹn hò.

後ろから突然声を掛けて、友達を脅かした。
I said something suddenly to a friend behind his back, surprising him.
从后面突然出声吓了朋友。
Từ phía sau đột nhiên tôi hét to, dọa bạn mình.

部長に、失敗を厳しく責められた。
The general manager sharply reprimanded me for my mistake.
因为失败而被部长严厉责备了。
Tôi đã bị trưởng phòng trách mắng thậm tệ vì đã làm hỏng việc.

授業中におしゃべりをしていたら、先生ににらまれた。
I was talking in class and my teacher glared at me.
在上课时说话被老师瞪眼。
Nói chuyện trong giờ học tôi bị thầy giáo lườm.

流れに逆らって泳ぐのは、容易ではない。
Going against the current is not easy.
逆流游泳不容易。
Bơi ngược dòng không phải là dễ.

銀行に強盗が入り、金を奪って逃げた。
A robber went into the bank, stole money, and fled.
强盗进入银行，抢夺金钱后逃跑了。
Vụ trộm ngân hàng, kẻ trộm cướp đoạt tiền rồi đã bỏ trốn.

店長は、アルバイトとして彼を雇うことにした。
The store manager hired him for part-time work.
店长雇用了他做兼职。
Cửa hàng trưởng đã thuê anh ta vào làm partime.

社長は、いつも大きな椅子に座って威張っている。
The president always sits in his big chair, putting on airs.
社长总是坐在大椅子上摆架子。
Giám đốc lúc nào cũng ngồi kiêu ngạo trên ghế lớn.

☐ 裏切る

人に対する行為・態度

□0809 訴える（うったえる）
II他 sue／起诉／Kiện
* 痛みを訴える
（complain about a pain／叫痛／Phàn nàn về những nỗi đau）

□0810 問う（とう）
I他 ask／问／Hỏi

名 問い

□0811 問い合わせる（といあわせる）
II他 ask about／询问／Thắc mắc

名 問い合わせ

□0812 呼び掛ける（よびかける）
II他 call for／呼吁／Kêu gọi

名 呼び掛け

□0813 呼び出す（よびだす）
I他 call／叫出来／Gọi ra

名 呼び出し

□0814 追い掛ける（おいかける）
II他 chase／追赶／Đuổi theo

□0815 追い越す（おいこす）
I他 overtake／赶过／Vượt qua

□0816 追い付く（おいつく）
I自 catch up／追上／Đuổi kịp

Quick Review □からかう □脅かす □責める □にらむ □逆らう □奪う □雇う

day51

工場の周りの人々は、健康被害を受けたと、会社を訴えた。
The people living around the factory sued the company, claiming health hazards.
工厂周围的人以健康受到损害为由起诉了公司。
Những người dân xung quanh nhà máy đã kiện công ty gây ảnh hưởng tới sức khỏe người dân trong vùng.

この会社は、年齢を問わず社員を採用する。
This company hires employees without asking their ages.
这家公司在采用员工上不问年龄。
Công ty này không hỏi gì về tuổi tác khi tuyển nhân viên.

電話でレストランの営業時間を問い合わせた。
She called the restaurant to ask about their hours.
打电话询问餐厅的营业时间。
Tôi đã gọi điện thắc mắc thời gian làm việc của nhà hàng.

政府は、人々にリサイクルを呼び掛けている。
The government is calling for people to recycle.
政府呼吁人们进行回收。
Chính phủ kêu gọi mọi người dân tái chế rác thải.

授業中に寝ていたら、後で先生に呼び出され、注意された。
I was sleeping in class, and the teacher later called me over and admonished me.
上课时睡着了,后来被老师叫出来警告了。
Nếu ngủ gật trong giờ học sau đó sẽ bị thầy gọi ra và nhắc nhở.

警官は、逃げた男を追い掛けた。
The police chased the man who fled.
警察追赶了逃跑的男人。
Cảnh sát đã đuổi theo gã thanh niên đang bỏ trốn.

スピードを上げて、前の車を追い越した。
I sped up and overtook the car in front of me.
加快速度赶过了前面的汽车。
Tôi đã tăng tốc, vượt qua chiếc xe ô tô phía trước.

遅れていたが、走ってみんなに追い付いた。
I was late but I ran and caught up to everyone.
虽然迟了,但跑着追上了大家。
Dù bị muộn, nhưng tôi đã chạy và đuổi kịp mọi người.

☐威張る

Day 52 気持ち・感情

□0817
あきれる
あきれる
▶ II自 be appalled／愕然／Ngạc nhiên

□0818
憧れる
あこがれる
▶ II自 admire／向往／Mơ ước
名 憧れ

□0819
憎む
にくむ
▶ I他 hate／憎恨／Chán ghét

□0820
★**恐れる**
おそれる
▶ II他 fear／害怕／Sợ hãi
名 恐れ

□0821
★**思い切る**
おもいきる
▶ I自 make up one's mind (to do)／下定決心／Quyết định

□0822
焦る
あせる
▶ I自 panic／焦急／Vội vàng
名 焦り

□0823
恨む
うらむ
▶ I他 resent／抱怨／Căm ghét
名 恨み

□0824
★**落ち込む**
おちこむ
▶ I自 get depressed／消沉／Buồn bã

Quick Review　□訴える　□問う　□問い合わせる　□呼び掛ける　□呼び出す　□追い掛ける

Feelings, emotions
心情、感情
Tình cảm, cảm xúc

day52

あの人の食事のマナーの悪さには、あきれた。
I was appalled at his poor table manners.
那个人用餐的礼仪差得让人愕然。
Tôi đã rất ngạc nhiên vì thói quen xấu của người đó trong bữa ăn.

息子は、サッカー選手に憧れている。
My son admires soccer players.
儿子向往当足球选手。
Con trai tôi mơ ước trở thành cầu thủ bóng đá.

平和な暮らしを奪った戦争を、憎む。
I hate war, that stole away our peaceful lifestyle.
憎恨夺走和平生活的战争。
Tôi chán ghét chiến tranh vì nó tước đoạt đi cuộc sống bình yên.

死を恐れる気持ちは、誰にでもある。
Fearing death is something we all do.
害怕死的心理，谁都有。
Bất kỳ ai cũng có cảm giác sợ hãi cái chết.

思い切って、彼女に「好きだ」と告白した。
I made up my mind (to do) and told her I liked her.
下定决心向她表白说"喜欢"。
Tôi quyết định thổ lộ với cô ấy rằng "tôi yêu cô ấy"

寝坊して会社に遅れそうになり、焦った。
I slept late and panicked when I thought I'd be late for work.
睡过头感觉上班要迟到了，很焦急。
Ngủ dậy muộn, có vẻ đi làm trễ, tôi đã phải vội vàng.

雨で試合が中止になったが、天気を恨んでもしょうがない。
The game was called off due to rain, but there's no point in resenting the weather.
虽然比赛因下雨而中止了，但抱怨天气也没有用。
Vì mưa mà trận thi đấu bị tạm dừng, dù có căm ghét thời tiết thì cũng chẳng làm được gì.

仕事で失敗して、落ち込んだ。
Making that mistake at work got me depressed.
工作失败了，很消沉。
Thất bại trong công việc khiến tôi buồn bã.

☐ 追い越す   ☐ 追い付く

気持ち・感情

□0825
思い込む
おもいこむ

自 assume ／以为／ Nghĩ rằng

名 思い込み

□0826
思い付く
おもいつく

I 他 come up with ／想到／ Nảy ra

名 思い付き

□0827
考え込む
かんがえこむ

I 自 ponder ／沉思／ Đăm chiêu suy nghĩ

□0828
悔やむ
くやむ

I 他 regret ／后悔／ Hối hận

□0829
★**助かる**
たすかる

I 自 be saved ／有帮助／ Được giúp

他 助ける

□0830
怠ける
なまける

II 他 neglect ／懒惰／ Lười biếng

□0831
★**張り切る**
はりきる

I 自 be eager ／干劲十足／ Hăng hái

□0832
ふざける
ふざける

II 自 mess around ／开玩笑／ Nghịch ngợm

Quick Review　□あきれる　□憧れる　□憎む　□恐れる　□思い切る　□焦る　□恨む

day52

3 動詞

私は、彼のことを、独身だと思い込んでいた。
I assumed he was single.
我以为他是单身的。
Tôi đã nghĩ rằng anh ta độc thân.

トイレで、いいアイデアを思い付いた。
I came up with a good idea in the bathroom.
在洗手间想到了好主意。
Tôi đã nảy ra ý tưởng hay khi đang ở trong toilet.

学生から質問されて、先生も考え込んでしまった。
Even the teacher pondered the student's question.
被学生问到问题，老师也沉思了。
Khi bị sinh viên hỏi, giáo viên cũng phải đăm chiêu suy nghĩ.

試験の後で、勉強しなかったことを悔やんだ。
After the exam, I regretted not having studied.
考试后很后悔没有学习。
Sau kỳ thi, tôi đã hối hận vì mình đã không học hành gì.

同僚が仕事を手伝ってくれて、助かった。
I was saved by my coworker helping me with the work.
同事在工作上帮了我，真是有帮助。
Tôi đã được đồng nghiệp giúp đỡ trong công việc.

仕事を怠けていて、上司に叱られた。
My boss got mad at me for neglecting my work.
工作懒惰被上司训斥了。
Lười biếng làm việc, nên đã bị sếp mắng.

子どもたちは、張り切って動物園に出掛けた。
The children were eager as they set out for the zoo.
孩子们干劲十足地去了动物园。
Lũ trẻ rất hăng hái khi đến sở thú.

若者が、ふざけて壁に落書きをした。
The young people were messing around and writing graffiti on the wall.
年轻人开玩笑在墙上涂了鸦。
Đám thanh niên nghịch ngợm vẽ bậy lên tường.

☐ 落ち込む

Day 53 言葉に関する行為

□ 0833
言い換える
いいかえる
Ⅱ他 rephrase／换句话说／Diễn đạt lại

□ 0834
言い出す
いいだす
Ⅰ他 propose／说出／Nói ra

□ 0835
ささやく
ささやく
Ⅰ他 whisper／低语／Thì thầm

名 ささやき

□ 0836
つぶやく
つぶやく
Ⅰ他 mutter／嘟哝／Làm bầm

□ 0837
★**怒鳴る**
どなる
Ⅰ自他 yell／大声喊叫／Gào lên

□ 0838
★**述べる**
のべる
Ⅱ他 say／陈述／Nói

□ 0839
略す
りゃくす
Ⅰ他 abbreviate／简略／Viết tắt

名 略

□ 0840
例える
たとえる
Ⅱ他 compare／比喻／Ví như

名 例え

Quick Review　□思い込む　□思い付く　□考え込む　□悔やむ　□助かる　□怠ける

Actions concerning words
关于语言的行为
Hành vi liên quan tới từ ngữ

day53

難しい言葉を易しい言葉に言い換えて、説明する。
Explain and rephrase using easier words.
对难懂的话用易懂的话语换句话说，进行说明。
Tôi diễn đạt lại từ khó thay bằng các từ dễ hiểu hơn để giải thích.

妻が別れようと言い出したので、驚いた。
It shocked me when my wife proposed we divorce.
因为妻子说出要分手，所以很吃惊。
Vợ tôi đã nói ra rằng muốn chia tay làm tôi đã rất ngạc nhiên.

ボブは、彼女と踊りながら、「好きだよ」とささやいた。
As they danced, Bob whispered "I like you" in her ear.
鲍勃一边和她跳舞一边低语道："我喜欢你"。
Bob vừa nhảy vừa thì thầm vào tai cô ấy rằng "anh yêu em".

あの人は、よく、独り言をつぶやいている。
He's always muttering to himself.
那个人经常独自嘟哝。
Người kia đang lầm bầm nói một mình.

男が酔っ払って、怒鳴っている。
The man has gotten drunk and is yelling.
男人醉了在大声喊叫。
Người đàn ông say rượu, đang gào lên ngoài kia.

会長が挨拶の言葉を述べた。
The chairman said some words in greeting.
会长陈述了致辞的话语。
Hội trưởng đã nói lời chào hỏi.

「バイト」は「アルバイト」を略した言葉だ。
"バイト" is an abbreviated form of "アルバイト".
"バイト"是"アルバイト（打工）"的简略语。
Từ "バイト (làm thêm)" là từ viết tắt của cụm "アルバイト (làm bán thời gian)".

人生は、よく旅に例えられる。
Life is often compared to a journey.
人生常被比喻为旅行。
Đời người được ví như một cuộc hành trình.

☐ 張り切る　☐ ふざける

お金に関する行為

□0841 **賭ける** かける	II 他 earn／賭／Cá độ
□0842 **稼ぐ** かせぐ	I 他 make／赚／Kiếm ＊時間を稼ぐ （buy time／争取时间／Dành thời gian）
□0843 **蓄える** たくわえる	II 他 stock／储存／Tích trữ 名 蓄え
□0844 **含める** ふくめる	II 他 include／包括／Bao gồm
□0845 **もうける** もうける	II 他 make money／发财／Kiếm lời 名 もうけ
□0846 **富む** とむ	I 自 be rich in／富有／Đầy
□0847 ★**失う** うしなう	I 他 lose／失去／Mất
□0848 **納める** おさめる	II 他 pay／缴纳／Nộp

Quick Review　□言い換える　□言い出す　□ささやく　□つぶやく　□怒鳴る　□述べる

Actions concerning money
关于金钱的行为
Hành vi liên quan tới tiền

day53

マージャンでお金を賭けることは、禁止されている。
Earning money playing mahjong is not allowed.
在打麻将时赌钱是被禁止的。
Cá độ tiền trong trò chơi mạt chược bị cấm.

あの人は、1カ月に何百万も稼いでいるらしい。
I hear he makes hundreds of millions of yen a month.
那个人一个月好像赚几百万。
Người đó hình như kiếm được hàng triệu yên mỗi tháng.

地震の時のために、水や食糧を蓄えておく。
Stock food and water in case of an emergency.
为了地震的时候预先储存水和粮食。
Tích trữ sẵn nước uống hay thực phẩm để phòng khi động đất.

家族は、私を含めて5人です。
My family is five people, including me.
家人包括我在内共5人。
Gia đình tôi có 5 người bao gồm cả tôi.

木村さん、株でずいぶんもうけたらしいよ。
I hear Mr. Kimura made a lot of money in stocks.
木村先生好像靠股票发财了。
Anh Kimura, có vẻ như đã kiếm lời trên thị trường chứng khoán đấy.

部長がパーティーで、ユーモアに富んだスピーチをした。
At the party, the general manager gave a speech that was rich in humor (very funny).
部长在聚会上发表了富有幽默感的演说。
Trưởng phòng trong bữa tiệc đã có bài phát biểu đầy hài hước.

津波で、多くの人が家を失った。
Lots of people lost their homes in the tsunami.
因为海啸，很多人失去了家。
Rất nhiều người đã bị mất nhà cửa do sóng thần.

税金を納めるのは、国民の義務だ。
Citizens are obligated to pay taxes.
缴纳税款是国民的义务。
Nộp thuế là nghĩa vụ của toàn dân.

☐略す　☐例える

Day 54 状態(じょうたい)

□0849
とがる
と が る
▶ I自 be pointy／尖／Nhọn

□0850
傾く
か た む く
▶ I自 lean／倾斜／Nghiêng
他 傾(かたむ)ける

□0851
偏る
か た よ る
▶ I自 get out of balance／偏颇／Lệch

□0852
澄む
す む
▶ I自 be clear／澄清／Trong lành
⇔ 濁(にご)る(become muddy／污浊／Đục)

□0853
濁る
に ご る
▶ I自 become muddy／污浊／Đục
⇔ 澄(す)む(become clear／澄清／Trong lành)

□0854
湿る
し め る
▶ I自 be wet／潮湿／Ẩm ướt

□0855
★**優れる**
す ぐ れ る
▶ II自 be outstanding／优秀／Xuất sắc
⇔ 劣(おと)る(be inferior／劣／Kém)

□0856
★**利く**
き く
▶ I自 work／敏锐／Tốt, phát huy hiệu quả
⊕ (薬(くすり)が)効(き)く((the medicine) works／(药)见效／Thuốc phát huy hiệu quả tốt)

Quick Review □賭ける □稼ぐ □蓄える □含める □もうける □富む □失う

Situation
状态
Trạng thái

day54

1	名詞
2	する名詞
3	**動詞**
4	形容詞
5	副詞
6	その他

遠くに、頂上がとがった山が見える。
I can see the pointy summit far away.
远处可以看见顶端很尖的山。
Từ xa có thể thấy ngọn núi có đỉnh nhọn.

地震でビルが傾いた。
The earthquake caused the building to lean.
大厦因地震而倾斜了。
Tòa nhà đã bị nghiêng do trận động đất.

栄養が偏ると、体に良くない。
Allowing nutrition to get out of balance is not good for the body.
营养偏颇对身体不好。
Dinh dưỡng bị lệch, thì không tốt cho cơ thể.

山の朝の空気は、澄んでいる。
The mountain air is clear in the morning.
山上早晨的空气很澄清。
Không khí buổi sáng trên núi trở nên trong lành.

大雨が降って、川が濁っている。
There was heavy rain and the river became muddy.
下大雨导致河水污浊。
Mưa lớn, làm nước sông đục ngầu.

曇っていたので、洗濯物がまだ湿っている。
It was cloudy today and the washing is still wet.
因为阴天，所以洗完的衣服还潮湿。
Do trời nhiều mây, quần áo giặt phơi vẫn còn ẩm ướt.

この賞は、優れた研究者に対して贈られる。
This award is given to outstanding researchers.
这一奖项赠予优秀的研究人员。
Giải thưởng này được trao tặng cho nhà nghiên cứu xuất sắc.

犬は鼻がよく利く。
A dog's nose works well.
狗的鼻子很敏锐。
Chó có mũi thính tốt.

□納める

状態

0857 茂る (しげる)
I自 be thick with ／茂盛／ Xanh tốt

0858 ★枯れる (かれる)
II自 wither ／枯萎／ Héo

0859 実る (みのる)
I自 ripen ／结（果实）／ Chín

0860 散る (ちる)
I自 fall ／凋谢／ Rụng

0861 臭う (におう)
I自 stink ／发臭／ Mùi hôi

名 臭い

0862 刺さる (ささる)
I自 get stuck in ／扎进／ Mắc

他 刺す

0863 しぼむ (しぼむ)
I自 deflate ／瘪／ Xẹp

⇔ ふくらむ (inflate／鼓起／ Phồng)

0864 ★生じる (しょうじる)
II自他 occur ／发生／ Phát sinh

≒ 生ずる

Quick Review □とがる □傾く □偏る □澄む □濁る □湿る □優れる □利く

day54

この森には、いろいろな種類の木が茂っている。
The forest is thick with many types of trees.
这片森林里，各种各样的树很茂盛。
Trong khu rừng này các loại cây xanh tốt um tùm.

花瓶の花が枯れてしまった。
The flowers in the vase have withered.
花瓶的花枯萎了。
Hoa cắm trong bình đã bị héo rồi.

秋になって、真っ赤なリンゴが実った。
Now that it's fall, bright red apples have ripened.
到了秋天，结出了红彤彤的苹果。
Vào mùa thu, những quả táo chín đỏ ối

今年の桜は、もう散ってしまった。
This year's cherry blossoms have all fallen.
今年的樱花已经凋谢了。
Hoa anh đào năm nay đã rụng hết rồi.

ギョーザを食べると、口が臭う。
Eating Chinese dumplings makes your breath stink.
吃了饺子后，嘴巴发臭。
Nếu ăn bánh bao, miệng sẽ có mùi hôi.

植物のとげが指に刺さって、痛い。
A thorn from a plant got stuck in my finger and it hurts.
植物的刺扎进了手指，很痛。
Bị gai của cây mắc vào tay, rất đau.

風船は、時間がたったら、しぼんでしまった。
After a time, the balloon deflated.
气球过了一段时间后瘪了。
Quả bóng nếu để lâu sẽ bị xẹp vì xì hơi.

問題が生じたため、このサイトは見られなくなっている。
Some problem has occurred and I can't view the site anymore.
由于发生了问题，这个网站无法浏览了。
Do phát sinh vấn đề, cho nên trang web này không thể xem được.

Day 55 状態(じょうたい)

□0865 **明ける** (あける)
- II 自 end／亮／Rạng sáng
- ⇔ 夜明け(daybreak／天亮的时候／Rạng đông)

□0866 **更ける** (ふける)
- II 自 get late／深／Về khuya

□0867 **照らす** (てらす)
- I 他 shine／照／Chiếu
- 自 照る

□0868 ★**沈む** (しずむ)
- I 自 sink／沉没／Chìm
- ⇔ 浮かぶ(float／浮／Nổi)
- 他 沈める

□0869 ★**あふれる** (あふれる)
- II 自 overflow／溢出／Tràn

□0870 **上回る** (うわまわる)
- I 他 exceed／超过／Vượt quá
- ⇔ 下回る(underperform／低于／Thấp dưới)

□0871 ★**増す** (ます)
- I 自他 increase／增加／Tăng

□0872 **湧く** (わく)
- I 自 breed／孳生／Sôi sục

Quick Review □茂る □枯れる □実る □散る □臭う □刺さる □しぼむ □生じる

day55

3 動詞

もうすぐ夜が明ける頃だ。
The night will end (Dawn will break) soon.
是天快亮的时候了。
Chẳng mấy mà rạng sáng.

夜も更けてきたことだし、そろそろ帰りましょう。
It's getting late and I should be going home.
夜也深了，我们快该回去了吧。
Đêm về khuya, chuẩn bị về thôi.

日の光が窓辺を照らしている。
Sunlight is shining in near the window.
阳光照在窗边。
Ánh nắng mặt trời chiếu vào khung cửa sổ.

船が、氷山にぶつかって沈んだ。
The boat hit an iceberg and sank.
船撞上冰山沉没了。
Con tàu va vào núi băng bị chìm.

ゴミ箱からゴミがあふれている。
The trashcan is overflowing with garbage.
垃圾从垃圾箱里溢出来了。
Rác trong thùng rác đầy tràn.

今月の売り上げは、先月を上回った。
This month's sales exceeded last month's.
这个月的销售额超过了上个月。
Doanh thu tháng này vượt quá tháng trước.

大雨で、川の水が増している。
The heavy rains have increased the river flow.
大雨导致河水增加了。
Mưa lớn làm nước trên sông tăng.

台所のゴミ箱に、虫が湧いてしまった。
Bugs are breeding in the kitchen trashcan.
厨房的垃圾箱里孳生了虫子。
Trong thùng rác ở nhà bếp, con trùng phát triển sôi sục.

状態
じょうたい

□0873 沸き起こる
わきおこる

I 自 erupt ／ 涌现 ／ Nổi lên

□0874 満ちる
みちる

II 自 be full of ／ 充满 ／ Tràn đầy

他 満たす

□0875 ★恵まれる
めぐまれる

II 自 be blessed ／ 富有 ／ Được ban tặng

□0876 衰える
おとろえる

II 自 wane ／ 衰退 ／ Sa sút

□0877 欠ける
かける

II 自 be chipped ／ 缺 ／ Khuyết mẻ

□0878 固まる
かたまる

I 自 harden ／ 凝固 ／ Đông cứng

他 固める

□0879 兼ねる
かねる

II 他 while ／ 兼 ／ Kết hợp

□0880 狂う
くるう

I 自 stop working properly ／ 失常 ／ Hỏng

Quick Review □明ける □更ける □照らす □沈む □あふれる □上回る □増す

day55

3 動詞

演奏が終わると、拍手が沸き起こった。
Applause erupted when the performance ended.
演奏结束时，涌现出一片掌声。
Khi màn biểu diễn kết thúc, tiếng vỗ tay nổi lên.

入学した子どもたちの表情は、希望に満ちている。
The expressions of the children just beginning school are full of hope.
入学的孩子们，表情充满了希望。
Trên khuôn mặt những đứa trẻ đến nhập trường tràn đầy niềm hi vọng.

この村は、自然に恵まれている。
This village is blessed with abundant nature.
这个村子富有自然资源。
Ngôi làng này được thiên nhiên ban tặng nhiều sản vật.

年を取ると、体力が衰えるものだ。
Physical strength wanes as you grow older.
上了年纪，体力自然会衰退。
Khi có tuổi thể lực của chúng ta bị sa sút.

この茶わんは、縁が欠けている。
This teacup has a chipped edge.
这个碗的边缘缺了。
Chiếc bát này bị khuyết mẻ.

セメントが固まるまで、踏まないようにしてください。
Please don't step on the cement until it hardens.
水泥凝固之前，请勿踩踏。
Không được dẫm vào cho đến khi xi măng đông cứng lại.

散歩を兼ねて、タバコを買いに行った。
I went to buy cigarettes while I was taking a walk.
兼带散步去买香烟了。
Kết hợp đi dạo bộ, tôi đi mua bao thuốc lá.

時計が狂っていて、遅刻してしまった。
I was late because my watch stopped working properly.
时钟失常，结果迟到了。
Đồng hồ bị hỏng, thế là tôi đã bị muộn giờ.

☐湧く

Day 56

状態（じょうたい）

□0881 **焦げる**（こげる）
Ⅱ自 get scorched／烤焦／Bị cháy
他 焦がす

□0882 ＊**異なる**（ことなる）
Ⅰ自 differ／不同／Khác nhau

□0883 **転がる**（ころがる）
Ⅰ自 roll／滚转／Lăn
他 転がす

□0884 **しびれる**（しびれる）
Ⅱ自 go numb／发麻／Tê

□0885 **膨れる**（ふくれる）
Ⅱ自 bulge／胀／Phình ra

□0886 **当てはまる**（あてはまる）
Ⅰ自 apply／适合／Thích hợp
他 当てはめる

□0887 **ずれる**（ずれる）
Ⅱ自 be postponed／错开／Lệch
他 ずらす

□0888 ＊**接する**（せっする）
Ⅲ自他 border／邻接／Tiếp giáp
＊自然に接する
（commune with nature／自然地接触／Tiếp xúc tự nhiên）

Quick Review　□沸き起こる　□満ちる　□恵まれる　□衰える　□欠ける　□固まる

day56

パンが焦げて、真っ黒になってしまった。
The bread got scorched and turned jet black.
面包烤焦了，变成漆黑的。
Bánh mì bị cháy, đen xì.

山田さんと私は、意見が異なっている。
My opinions differ from those of Mr. Yamada.
山田先生和我的意见不同。
Tôi với anh Yamada có ý kiến khác nhau.

ボールが、公園の外まで転がっていった。
The ball rolled out of the park.
球滚转到了公园外。
Quả bóng lăn ra ngoài công viên.

畳にずっと座っていたら、足がしびれた。
Sitting on the tatami for so long, my foot went numb.
一直坐在榻榻米上，脚发麻了。
Nếu ngồi xếp chân trên chiếu lâu, chân bị tê.

ビールを飲んだら、それだけでおなかが膨れた。
My stomach started bulging just from drinking beer.
喝了啤酒后，光这样肚子就胀了。
Khi uống bia xong bụng tôi bị phình ra vì bia.

(テストなどで)かっこの中に当てはまる言葉を選びなさい。
(On a test, etc.) Please choose the word that applies (goes) in the parentheses.
(在考试等中)请选出适合放在括号中词语。
(Trong bài kiểm tra) Hãy chọn từ thích hợp điền vào trong ngoặc.

出張の予定がずれて、来週になった。
The business trip was postponed until next week.
出差的预定错开了，变成了下周。
Dự định công tác bị lệch, chuyển sang tuần sau.

アメリカとカナダは、南北に接している。
America and Canada border each other to the north and south.
美国和加拿大的南面和北面邻接在一起。
Mỹ và Canada tiếp giáp với nhau phía nam bắc.

☐兼ねる　　☐狂う

---

1 名詞
2 する名詞
3 動詞
4 形容詞
5 副詞
6 その他

状態 (じょうたい)

□0889 **つながる** (つながる)	I 自 get through／连接／Kết nối 他 つなげる 名 つながり
□0890 ★**迫る** (せまる)	I 自 approach／迫近／Tiến gần
□0891 **沿う** (そう)	I 自 follow／沿／Men theo
□0892 ★**属する** (ぞくする)	III 自 belong／属于／Thuộc
□0893 **達する** (たっする)	III 自 arrive／达到／Đạt được
□0894 **縮む** (ちぢむ)	I 自 shrink／缩小／Co rút 他 縮める (ちぢめる)
□0895 ★**散らかる** (ちらかる)	I 自 be a mess／零乱／Lung tung 他 散らかす (ちらかす)
□0896 **漬かる** (つかる)	I 自 be flooded／泡／Ngập 他 漬ける (つける)

Quick Review　□焦げる　□異なる　□転がる　□しびれる　□膨れる　□当てはまる

day56

3 動詞

話し中で、電話がつながらない。
The line is busy and I can't get through.
正在通话时，电话连接不上了。
Đang nói chuyện thì điện thoại không kết nối.

入学試験の日が、3日後に迫った。
Exam day approaches—just three more days.
入学考试的日子迫近至3天后。
Ngày thi tiến gần chỉ sau 3 ngày nữa thôi.

隣の駅まで、線路に沿って歩いた。
I walked to the next station, following the tracks.
沿着铁路走到邻近的车站。
Tôi đã đi bộ men theo tuyến đường tới nhà ga tiếp theo.

人間は、哺乳類に属している。
Humans belong to the mammal group.
人类属于哺乳类。
Con người thuộc loài động vật có vú.

5時間話し合って、ようやく、結論に達することができた。
After five hours of discussion, we finally managed to arrive at a conclusion.
交谈了5个小时，总算达到了结论。
Sau 5 giờ nói chuyện, cuối cùng đã đạt được kết luận chung.

洗濯機で洗ったら、セーターが縮んでしまった。
The sweater shrank after washing it in the washing machine.
用洗衣机洗后，毛衣缩小了。
Áo len đã bị co rút sau khi giặt bằng máy giặt.

部屋が散らかっているので、彼女を呼べない。
I can't invite my girlfriend over because my room is a mess.
因为房间零乱，所以无法叫女朋友来。
Phòng tôi đồ lung tung cả, nên tôi không thể gọi cô ấy đến được.

大雨が降り、家が水に浸かってしまった。
My house was flooded in the heavy rains.
下大雨，家泡在水中了。
Mưa lớn, nhà tôi bị ngập trong nước.

☐ずれる　☐接する

Day 57

状態(じょうたい)

□0897 つぶれる つぶれる	II自 be flattened／倒塌／Sập 他 つぶす
□0898 適する てきする	III自 be suitable for／适合／Phù hợp
□0899 ★解ける とける	II自 become untied／解开／Tuột 他 解く
□0900 溶ける とける	II自 melt／融化／Tan chảy 他 溶かす
□0901 ★伴う ともなう	I自他 entails／带／Đi cùng
□0902 長引く ながびく	I自 drag on／拖长／Kéo dài
□0903 載る のる	I自 appear in／登载／Đăng 他 載せる
□0904 響く ひびく	I自 resonate／响／Vang vọng

Quick Review □つながる □迫る □沿う □属する □達する □縮む □散らかる

地震で、家がつぶれてしまった。
My house was flattened in the earthquake.
地震导致家倒塌了。
Nhà tôi đã bị sập do động đất.

この運動はゆっくりしているので、高齢者に適している。
This slow exercise is suitable for the elderly.
这个运动缓慢，因此适合老年人。
Vận động này chậm rãi, cho nên phù hợp với người cao tuổi.

歩いていたら靴のひもが解けて、結び直した。
My shoelaces became untied when walking and I retied them.
走路时鞋带解开了，于是重新系好了。
Đi bộ làm dây giầy của tôi bị tuột, tôi đã phải buộc lại.

アイスクリームが溶けてしまった。
My ice cream melted.
冰激凌融化了。
Kem bị tan chảy.

この作業は危険が伴うので、慎重にしなければならない。
This job entails danger, so we need to be careful.
这项工作带危险性，必须慎重。
Công việc này đi cùng với nguy hiểm, cho nên phải tiến hành một cách thận trọng.

会議が長引いて、終わったら夜中になっていた。
The meeting dragged on and didn't end until nighttime.
开会时间拖长了，结束时已经是半夜。
Cuộc họp bị kéo dài, kết thúc cũng đã là nửa đêm.

新聞に、近所の事故のニュースが載っている。
News of the accident in my neighborhood appeared in the newspaper.
报纸上登载了附近事故的新闻。
Tin về tai nạn gần đây được đăng trên báo.

会場に彼女の美しい歌声が響いた。
Her beautiful voice resonated through the hall.
会场中响着她美丽的歌声。
Trong hội trường vang vọng giọng hát tuyệt vời của cô ấy.

☐ 潰かる

状態
じょうたい

0905
広まる
ひろまる

I 自 spread／传播／Lan truyền đi

他 広める
ひろ

0906
深まる
ふかまる

I 自 deepen／加深／Sâu sắc hơn

他 深める
ふか

0907
へこむ
へこむ

I 自 be dented／凹下／Lõm

0908
隔てる
へだてる

II 他 be separated by／隔／Ngăn cách

0909
乱れる
みだれる

II 自 be thrown off／乱／Xáo trộn

他 乱す
みだ

0910
基づく
もとづく

I 自 be based on／根据／Dựa trên

0911
緩む
ゆるむ

I 自 become loose／松／Lỏng

他 緩める
ゆる

0912
盛り上がる
もりあがる

I 自 liven up／热烈／Tăng lên

Quick Review ☐つぶれる ☐適する ☐解ける ☐溶ける ☐伴う ☐長引く ☐載る

day57

うわさは、あっという間に、会社中に広まった。
The rumor spread throughout the company in no time.
传言转眼间就在公司里传播开来。
Tin đồn nhanh chóng đã lan truyền đi khắp công ty.

話し合うことで、お互いの理解が深まった。
Through conversation, their understanding of each other deepened.
通过交谈，加深了相互的理解。
Bằng cách cùng nhau nói chuyện giúp hai bên hiểu sâu sắc về nhau hơn.

電柱にぶつかって、車がへこんでしまった。
The car was dented when it hit the utility pole.
撞到电线杆，汽车凹下了。
Xe ô tô đâm vào cột điện bị lõm.

2つの県は、川を隔てて隣り合っている。
The two adjoining prefectures are separated by the river.
两个县隔河相邻。
Hai tỉnh sát nhau bị ngăn cách bởi con sông.

台風のため、電車のダイヤが乱れている。
The train schedule was thrown off by the typhoon.
由于台风，电车的时刻表乱了。
Do bão mà lịch giờ chạy tàu bị xáo trộn.

この小説は、事実に基づいて書かれたものだ。
This novel is based on true events.
这部小说是根据事实写的。
Cuốn tiểu thuyết này được viết dựa trên sự việc có thật.

使っているうちにねじが緩んで、部品が外れた。
The screws became loose through use and a part came off.
使用过程中螺丝松了，零件脱落了。
Khi đang sử dụng, vít bị lỏng làm cho linh kiện bị tuột ra.

パーティーの時、みんなでゲームをして盛り上がった。
At the party, things really livened up when we played the game.
聚会时，大家一起玩游戏，气氛热烈。
Trong bữa tiệc mọi người tham gia trò chơi làm cho không khí sôi nổi tăng lên.

☐響く

| 1 名詞 |
| 2 する名詞 |
| 3 動詞 |
| 4 形容詞 |
| 5 副詞 |
| 6 その他 |

CHECK TEST 3

1 （　　）に入れるのに最もよいものを、1・2・3・4から一つ選びなさい。

❶ 町は、ゴミの問題など、いくつも問題を（　　）いる。
1. 担いで　2. 抱えて　3. 握り締めて　4. 蓄えて

❷ 大きな作業用の車が、ビルの壁を（　　）いる。
1. 崩して　2. 裂いて　3. 畳んで　4. ちぎって

❸ ガラス製品を（　　）時は、割れないように気を付けてください。
1. 手放す　2. 整える　3. 捕らえる　4. 扱う

❹ 家に友人を（　　）、バーベキューパーティーをした。
1. よこして　2. 呼び掛けて　3. 招いて　4. 受け入れて

❺ 親が子どもを（　　）と、わがままな子どもになりがちだ。
1. 敬う　2. 甘やかす　3. 励ます　4. 見守る

❻ 楽しみにしていた遠足なので、子どもたちは（　　）出掛けた。
1. 考え込んで　2. 思い付いて　3. 思い切って　4. 張り切って

❼ 失恋して、死にたくなるほど（　　）。
1. 憧れた　2. 恨んだ　3. 落ち込んだ　4. 思い込んだ

❽ 授業中に（　　）、先生に叱られた。
1. つぶやいて　2. ふざけて　3. からかって　4. あきれて

❾ 会社が倒産して、財産を全て（　　）ことになった。
1. 傷つける　2. 欠ける　3. 欠かす　4. 失う

※4桁の数字は、テキストの単語番号です。

⑩ もしこの川の水が（　　　）ら、大変なことになる。
1. あふれた　2. 漬かった　3. 湧いた　4. 散らかった
　0869　　　　0896　　　　0872　　　　0895

⑪ あの人は記憶力が（　　　）いて、一度聞いた名前は忘れない。
1. 伴って　2. 満ちて　3. 優れて　4. 富んで
　0901　　　0874　　　　0855　　　0846

⑫ 日本は、あまり天然資源に（　　　）いない。
1. 増して　2. 適して　3. 湧いて　4. 恵まれて
　0871　　　0898　　　　0872　　　　0875

⑬ この湖は、底にいる魚が見えるほど（　　　）いる。
1. 濁って　2. 澄んで　3. とがって　4. 臭って
　0853　　　0852　　　　0849　　　　0861

⑭ 会社は、社員の要求に（　　　）、給料を値上げすると発表した。
1. 争い　2. 逆らい　3. 応じ　4. 倣い
　0798　　　0805　　　　0796　　　0787

⑮ 危険が（　　　）いることに、全く気付いていなかった。
1. 接して　2. 至って　3. 迫って　4. 近寄って
　0888　　　0784　　　　0890　　　　0778

⑯ 友人との再会の約束を（　　　）ために、故郷に帰った。
1. 果たす　2. 終える　3. 収める　4. 務める
　0731　　　0760　　　　0766　　　　0733

⑰ 父は怒りっぽくて、私は子どもの頃、何度も（　　　）。
1. 怒鳴られた　2. ささやかれた　3. 追い掛けられた　4. 威張られた
　0837　　　　　0835　　　　　　　0814　　　　　　　　0808

⑱ 恩人である彼の頼みなら、どんなことでも（　　　）つもりだ。
1. 取り入れる　2. 引き受ける　3. 引っ込む　4. 持ち込む
　0770　　　　　0729　　　　　　0758　　　　　0769

1 名詞
2 する名詞
3 動詞
4 形容詞
5 副詞
6 その他

CHECK TEST 3

2 ＿＿＿の言葉に意味が最も近いものを、1・2・3・4から一つ選びなさい。

❶ 彼は、皆の期待を裏切ってしまったことをわびた。

1. 説明した　　2. 悔やんだ　　3. 恨んだ　　4. 謝った

❷ 用事は済ませたから、いつでも出掛けられます。

1. してしまった　　2. 中止した　　3. 忘れた　　4. なくなった

❸ 男の子は、母親が話している間、ずっとうつむいていた。

1. 黙っていた　　　　　　2. 横を向いていた
3. 下を見ていた　　　　　4. 待っていた

❹ 今年の梅雨は長引いている。

1. なかなか始まらない　　2. なかなか終わらない
3. もう始まった　　　　　4. もう明けた

ANSWER

1

❶ 2. 抱えて
❷ 1. 崩して
❸ 4. 扱う
❹ 3. 招いて
❺ 2. 甘やかす
❻ 4. 張り切って
❼ 3. 落ち込んだ
❽ 2. ふざけて
❾ 4. 失う
❿ 1. あふれた
⓫ 3. 優れて
⓬ 4. 恵まれて
⓭ 2. 澄んで
⓮ 3. 応じ
⓯ 3. 迫って
⓰ 1. 果たす
⓱ 1. 怒鳴られた
⓲ 2. 引き受ける

2

❶ 4. 謝った
❷ 1. してしまった
❸ 3. 下を見ていた
❹ 2. なかなか終わらない

4 形容詞
Adjectives／形容词／Tính từ

0913-0936
人の様子・性格
People's demeanors, personalities
人的样子、性格
Hình dáng và cá tính người

0937-0960
気持ち・感情
Feelings, emotions
心情、感情
Tình cảm, cảm xúc

0961-0976
状況・状態（い形容詞）
Statuses and states (～い adjectives)
状况、状态（一类形容词）
Tình hình, tình trạng (tính từ đuôi i)

0977-1016
状態（な形容詞）
States (～な adjectives)
状态（二类形容词）
Trạng thái (tính từ đuôi na)

1017-1024
○○的（な形容詞）
XX-ish / XX-like (～な adjectives)
○○的（二类形容词）
Tính... (Tính từ đuôi na)

Day 58

人の様子・性格

□0913
社交的(な)
しゃこうてきな
social／善于社交(的)／Hòa đồng

□0914
誠実(な)
せいじつな
honest／诚实(的)／Thành thực
名 誠実さ

□0915
短気(な)
たんきな
short-tempered／性情急躁(的)／Nóng nảy
≒ 気が短い

□0916
朗らか(な)
ほがらかな
cheerful／爽快(的)／Vui vẻ

□0917
★**頑固**(な)
がんこな
stubborn／固执(的)／Cố chấp

□0918
鈍い
にぶい
slow／迟钝／Chậm chạp
⇔ 鋭い(sharp／灵敏／Sắc sảo)

□0919
そそっかしい
そそっかしい
absent-minded／粗心大意／Hấp tấp

□0920
謙虚(な)
けんきょな
humble／谦虚(的)／Khiêm tốn

Quick Review　□広まる　□深まる　□へこむ　□隔てる　□乱れる　□基づく　□綏む

People's demeanors, personalities
人的样子、性格
Hình dáng và cá tính người

day58

4 形容詞

林さんは社交的で、友達が多い。
Mrs. Hayashi is social and has lots of friends.
林先生善于社交，朋友很多。
Anh Hayashi tính hòa đồng nên có rất nhiều bạn.

木村さんは誠実なので、信頼できる。
Mr. Kimura is honest, so you can trust him.
木村先生很诚实，所以可以信赖。
Chị Kimura tính thành thực nên có thể tin tưởng được.

森さんは短気で、すぐに怒る。
Short-tempered Mr. Mori gets angry quickly.
森先生性情急躁，立刻就生气。
Anh Mori tính nóng nảy, hơi tí là cáu.

山田さんは、朗らかで明るい性格だ。
Mr. Yamada has a cheerful and sunny personality.
山田先生性格爽快明朗。
Chị Yamada tính tình vui vẻ, trong sáng.

祖父は頑固で、自分の考えを変えない。
My stubborn grandpa never changes his mind.
祖父很固执，不会改变自己的想法。
Ông tôi tính cố chấp, không chịu thay đổi suy nghĩ của mình.

年を取ると、動作が鈍くなる。
We move more slowly as we age.
上了年纪后，动作会变迟钝。
Khi có tuổi hành động của chúng ta trở nên chậm chạp.

森さんはそそっかしくて、よく勘違いをする。
Absent-minded Mrs. Mori often makes mistakes.
森先生粗心大意，经常搞错。
Anh Mori tính hấp tấp, nên rất hay bị nhầm.

アドバイスは謙虚に聞いたほうがいい。
One should receive advice humbly.
建议还是谦虚听取比较好。
Tốt hơn là anh nên khiêm tốn lắng nghe lời khuyên từ người khác.

□ 盛り上がる

人の様子・性格

□0921
楽天的(な)
らくてんてきな

optimistic／乐观(的)／Lạc quan

□0922
幼稚(な)
ようちな

immature／幼稚(的)／Ấu trĩ

◎ 子どもっぽい(childlike／孩子气／Trẻ con)

□0923
クール(な)
くーるな

cool／沉着(的)／Bình tĩnh

□0924
勇ましい
いさましい

brave／勇敢／Dũng cảm

□0925
★**活発**(な)
かっぱつな

lively／活跃(的)／Hoạt bát

□0926
利口(な)
りこうな

well-behaved／机灵(的)／Lanh lợi

□0927
従順(な)
じゅうじゅんな

obedient／顺从(的)／Nghe lời

□0928
臆病(な)
おくびょうな

cowardly／胆小(的)／Nhát gan

Quick Review　□社交的(な)　□誠実(な)　□短気(な)　□朗らか(な)　□頑固(な)　□鈍い

私は楽天的なので、あまり悩まない。
Being optimistic, I don't worry much.
我很乐观，不怎么会烦恼。
Tôi là người lạc quan nên hiếm khi bị bận tâm những điều không đâu.

恵子さんの行動は、大人とは思えないくらい幼稚だ。
Keiko acted so immaturely, you wouldn't think she's an adult.
惠子的行动幼稚得看不出是大人。
Hành động của chị Keikko rất ấu trĩ không thể nghĩ là của một người trưởng thành được.

どんなことが起きても、クールに対応する。
Whatever happens, I handle things coolly.
无论发生什么事，都沉着应对。
Dù có xảy ra chuyện gì cũng phải bình tĩnh xử lý.

この絵には、勇ましく戦う人々が描かれている。
This painting depicts people fighting bravely.
这幅画描绘着勇敢战斗的人们。
Trong bức tranh này vẽ những con người đang dũng cảm chiến đấu.

うちの犬は、元気でとても活発だ。
Our peppy dog is very lively.
我家的狗精力充沛，很活跃。
Chú chó nhà tôi lúc nào cũng khỏe mạnh hoạt bát.

飼い主の言うことを聞く、利口な犬だ。
The well-behaved dog listens to his master.
这只狗很听主人的话，真是机灵。
Chú chó lanh lợi là luôn lắng nghe lời chủ của chúng.

犬は飼い主に従順だ。
The dog is obedient to his master.
狗对主人很顺从。
Chó thường hay nghe lời chủ của mình.

臆病な犬ほど、よく吠える。
Dogs bark the more cowardly they are.
越是胆小的狗，越喜欢吼。
Chó nhát gan thường hay sủa nhiều.

☐ そそっかしい　　☐ 謙虚(な)

Day 59

人の様子・性格

□0929 **怪しい** (あやしい) ▶ suspicious／可疑／Đáng ngờ
名 怪しさ (あや)

□0930 **意地悪**(な) (いじわるな) ▶ mean-spirited／坏心眼儿／Xấu bụng

□0931 **神経質**(な) (しんけいしつな) ▶ detail-oriented／神经质(的)／Lo toan

□0932 **いやらしい** (いやらしい) ▶ lewd／不正经／Bậy bạ

□0933 **きざ**(な) (きざな) ▶ snobbish／装腔作势(的)／Tự phụ

□0934 ＊**ずうずうしい** (ずうずうしい) ▶ brazen／厚颜无耻／Trơ tráo

□0935 **醜い** (みにくい) ▶ ugly／丑陋／Khó coi

□0936 **欲張り**(な) (よくばりな) ▶ greedy／贪婪(的)／Tham lam

Quick Review □楽天的(な) □幼稚(な) □クール(な) □勇ましい □活発(な)

day59

怪しい人が、家の周りを歩き回っている。
There is a suspicious person walking around my house.
可疑的人在家的周围来回走动。
Có kẻ đáng ngờ đi bộ vòng quanh nhà tôi.

そんな意地悪な質問、しないでほしい。
Please don't ask such mean-spirited questions.
请不要问这么坏心眼儿的问题。
Tôi không muốn hỏi câu hỏi xấu bụng kiểu như thế.

神経質な性格で、細かいことが気になる。
Being detail-oriented, the little things bother me.
性格很神经质，会在意琐碎的事情。
Người có tính cách hay lo toan, thì thường để ý những thứ nhỏ nhặt.

女性をいやらしい目で見るのは、失礼だ。
It's rude to give women lewd looks.
用不正经的眼神看女性是很失礼的。
Nhìn phụ nữ với ánh mắt bậy bạ là thất lễ.

きざな男性は、あまり好きではない。
I don't really like snobbish men.
不怎么喜欢装腔作势的男性。
Tôi không thích lắm đàn ông mà tự phụ.

木村さんは、ずうずうしく勝手に部屋に入ってきた。
Mrs. Kimura brazenly came into my room without asking.
木村厚颜无耻地擅自进了房间。
Anh Kimura trơ tráo tự ý chạy vào phòng tôi.

財産のことで兄弟で争うのは、醜い。
It's an ugly sight, watching the brothers fight over the estate.
兄弟因财产而争斗是很丑陋的。
Anh em đánh nhau chỉ vì tài sản của bố mẹ thì thật khó coi.

あれもこれも欲しいなんて、欲張りだ。
It's greedy to say you want this and that.
这个也想要，那个也想要，真贪婪。
Người đâu mà tham lam cái này cũng muốn cái kia cũng muốn.

☐利口（な）　☐従順（な）　☐臆病（な）

気持ち・感情

□0937 うらやましい ▶ envious／羨慕／Ghen tị

□0938 惜しい (おしい) ▶ close／可惜／Tiếc
≒ 残念(な)

□0939 情けない (なさけない) ▶ shameful／可怜／Hổ thẹn

□0940 懐かしい (なつかしい) ▶ nostalgic／怀念／Nhớ nhung
動 懐かしむ

□0941 憎たらしい (にくたらしい) ▶ odious／可憎／Đáng ghét

□0942 ＊物足りない (ものたりない) ▶ insufficient／不够充足／Không đủ

□0943 ロマンチック(な) ▶ romantic／浪漫(的)／Lãng mạn

□0944 不快(な) (ふかいな) ▶ unpleasant／不快(的)／Khó chịu
⇔ 快い(pleasant／愉快／Thoải mái)

Quick Review □怪しい □意地悪(な) □神経質(な) □いやらしい □きざ(な)

Feelings, emotions
心情、感情
Tình cảm, cảm xúc

day59

1	名詞
2	する名詞
3	動詞
4	**形容詞**
5	副詞
6	その他

愛さんは、美人で頭も良くて、うらやましい。
Ai is so beautiful and smart—I'm envious.
爱女士，美女，头脑也很好，真令人羡慕。
Bạn Ai vừa xinh lại còn thông minh, tôi thật là ghen tị.

惜しい。あと1点で、合格だったのに。
Close. One more point and you would've passed.
真可惜，还差1分就合格了。
Tiếc quá. Tôi chỉ thiếu có 1 điểm nữa là đỗ rồi.

何度も同じ失敗をして、情けない。
Making the same mistake so many times, it's shameful.
多次都同样地失败，真可怜。
Thật hổ thẹn vì bao nhiêu lần sai, mà sai đúng một lỗi.

アルバムを見て、昔を懐かしく思い出した。
Looking at the album got me nostalgic about the past.
看了相册，怀念地想起了以前的事情。
Khi xem cuốn album bao kỷ niệm nhớ nhung ngày trước lại ùa về.

弟は、生意気なことを言うので、憎たらしい。
My little brother is an odious person, always saying impudent things.
弟弟出言不逊，很可憎。
Em trai tôi thật đáng ghét nó đã nói rất hỗn láo với tôi.

パンだけでは物足りないので、おにぎりも食べた。
Bread alone was insufficient, so I also ate a rice ball.
只吃面包不够充足，所以还吃了饭团。
Chỉ mỗi bánh mì không thì không đủ, tôi đã ăn thêm cả cơm nắm.

ロマンチックな雰囲気の中で、デートした。
We went on a date in a romantic atmosphere.
在浪漫的气氛中约会了。
Tôi đã có buổi hẹn hò trong bầu không khí vô cùng lãng mạn.

森さんの礼儀知らずの振る舞いは、とても不快だ。
Mr. Mori's impolite behavior is quite unpleasant.
森先生不懂礼貌的举止很令人不快。
Tôi rất khó chịu với hành động khiếm nhã của anh Mori.

□ ずうずうしい　　□ 醜い　　□ 欲張り（な）

Day 60

気持ち・感情

□0945
気軽(な)
きがるな

without hesitation／随便(的)／Thoải mái

□0946
★**曖昧**(な)
あいまいな

ambiguous／暧昧(的)／Mập mờ

≒ はっきりしない
名 曖昧さ

□0947
気楽(な)
きらくな

carefree／轻松(的)／Thư thái

名 気楽さ

□0948
★**深刻**(な)
しんこくな

serious／严重(的)／Nghiêm trọng

□0949
★**慎重**(な)
しんちょうな

careful／慎重(的)／Thận trọng

□0950
★**率直**(な)
そっちょくな

frank／直率(的)／Thẳng thắn

□0951
★**穏やか**(な)
おだやかな

genial／温和(的)／Điềm đạm

□0952
ひきょう(な)
ひきょうな

cowardly／卑鄙(的)／Đê tiện

Quick Review　□うらやましい　□惜しい　□情けない　□懐かしい　□憎たらしい

質問があったら、何でも気軽に聞いてください。
Ask any questions you may have, without hesitation.
如果有疑问，请尽管随便问。
Nếu có câu hỏi, về cái gì cũng được các bạn cứ thoải mái đặt câu hỏi nhé.

よく知らないので、曖昧に答えた。
I didn't know, so I answered ambiguously.
因为不清楚，所以曖昧地回答了
Vì không biết rõ nên tôi đã trả lời mập mờ.

退職して、気楽な毎日を過ごしている。
Now that I'm retired, every day is carefree.
离职后过着轻松的每一天。
Sau khi nghỉ việc tôi đã có những ngày thư thái an nhàn.

深刻な環境問題が起きている。
Serious environmental problems are occurring.
发生了严重的环境问题。
Đã xảy ra vấn đề về môi trường nghiêm trọng.

博さんは、どんな時でも慎重に行動する。
Hiroshi is always careful.
博先生无论什么时候都很慎重地行动。
Anh Hiroshi bất kể lúc nào cũng luôn hành động một cách thận trọng.

親友だからこそ、率直な意見を言ってくれた。
Being my friend, he spoke to me frankly.
正因为是好朋友，才会说出了直率的意见。
Chính vì là bạn bè, nên anh ấy đã thẳng thắn nói ý kiến với tôi.

木村さんは穏やかな性格をしている。
Mrs. Kimura has a genial personality.
木村先生性格温和。
Anh Kimura có tính cách điềm đạm.

人をだますなんて、ひきょうだ。
Deceiving people is so cowardly.
欺骗人真是卑鄙。
Thật là đê tiện khi đi lừa gạt người khác.

□物足りない　　□ロマンチック(な)　　□不快(な)

気持ち・感情

□0953
★ 新た（な）
あらたな

renewed／新（的）／Mới mẻ

□0954
爽やか（な）
さわやかな

invigorating／清爽（的）／Dễ chịu

名 爽やかさ

□0955
手軽（な）
てがるな

casual／简便（的）／Đơn giản

名 手軽さ

□0956
手頃（な）
てごろな

affordable／合适（的）／Phải chăng

□0957
フレッシュ（な）
ふれっしゅな

fresh／新鮮（的）／Tươi

≒ 新鮮（な）

□0958
妙（な）
みょうな

strange／奇怪（的）／Kỳ lạ

□0959
★ 思いがけない
おもいがけない

unexpected／意想不到／Chẳng ngờ

□0960
息苦しい
いきぐるしい

difficult to breathe／呼吸困难／Nghẹt

Quick Review □気軽（な） □曖昧（な） □気楽（な） □深刻（な） □慎重（な） □率直（な）

day60

1	名詞
2	する名詞
3	動詞
4	**形容詞**
5	副詞
6	その他

4月になり、新たな気持ちで生活を始めた。
April came and I began life with a renewed spirit.
到了4月，以新的心情开始了生活。
Sang tháng 4, tôi khởi đầu lại cuộc sống với tinh thần mới mẻ.

爽やかな風が吹いていて、気持ちがいい。
The invigorating breeze felt good.
清爽的风在吹拂，真舒服。
Làn gió dễ chịu thổi qua, tự dưng cảm thấy tinh thần thật thoải mái.

サンドイッチは手軽に食べられる。
Sandwiches can be eaten casually.
三明治吃起来很简便。
Ăn bánh sandwich cho đơn giản.

パソコンが手頃な値段で買えるようになった。
People can now purchase PCs at affordable prices.
能够以合适的价格买到电脑了。
Tôi đã mua được chiếc máy tính với giá cả phải chăng.

野菜と果物で、フレッシュなジュースを作った。
I made fresh juice using vegetables and fruit.
用蔬菜和水果制作了新鲜的果汁。
Với rau quả tôi đã làm được món nước ép tươi ngon.

最近、周りで、妙なことが起きている。
Strange things are happening around me lately.
最近，周围发生着奇怪的事情。
Gần đây ở khu tôi xảy ra hiện tượng kỳ lạ.

海外で、思いがけない人に会った。
I met an unexpected person overseas.
在海外遇到了意想不到的人。
Tôi đã gặp được người chẳng ngờ tới khi ra nước ngoài.

風邪で鼻が詰まって、息苦しい。
My nose is plugged up with a cold and it's difficult to breathe.
感冒鼻子堵了，呼吸困难。
Bị cảm lạnh, mũi bị tắc nghẹt không thở nổi.

☐穏やか(な)　☐ひきょう(な)

Day 61 状況・状態（い形容詞）

□0961
慌ただしい
あわただしい
► hectic／匆忙／Bận rộn

□0962
著しい
いちじるしい
► remarkable／显著／Đáng kể

□0963
幅広い
はばひろい
► broad／广泛／Rộng

□0964
ふさわしい
ふさわしい
► appropriate／相称／Phù hợp

□0965
ものすごい
ものすごい
► extremely／非常／Kinh ngạc

□0966
騒々しい
そうぞうしい
► noisy／吵闹／Ồn ào

≒ うるさい

□0967
くどい
くどい
► tedious／唠叨／Nhiều lời

□0968
重苦しい
おもくるしい
► oppressive／沉闷／Nặng nề

Quick Review　□新た（な）　□爽やか（な）　□手軽（な）　□手頃（な）　□フレッシュ（な）

Statuses and states (~い adjectives)
状況、状态 (一类形容词)
Tình hình, tình trạng (tính từ đuôi i)

day 61

出勤前の朝は、いつも慌ただしい。
It's always hectic in the morning before I go to work.
上班前的早晨，总是很匆忙。
Sáng trước khi giờ đi làm lúc nào cũng bận rộn.

科学技術が著しく進歩している。
Scientific progress has been remarkable.
科学技术正显著进步。
Khoa học kỹ thuật đang đạt được tiến bộ đáng kể.

幅広い視点で物事を見ていきたい。
I want to look at things with a broad perspective.
想用广泛的视角看事物。
Tôi muốn nhìn các sự việc với quan điểm rộng.

その場にふさわしい服装や振る舞いを、すべきだ。
People should dress and act appropriate to the situation.
应该有与那个场合相称的服装和行为。
Phải có hành động hay ăn mặc phù hợp với nơi mình tới.

ものすごく大きな音が聞こえた。
I heard an extremely loud sound.
听到非常大的声音。
Tôi đã nghe được âm thanh lớn tới mức kinh ngạc.

何かあったのか、人が集まっていて外が騒々しい。
People have gathered outside and are being noisy; I wonder if something happened.
好像是发生了什么事，人群聚集，外面很吵闹。
Không biết xảy ra chuyện gì, mọi người tập trung bên ngoài rất ồn ào.

「何度も同じことを言わないで。くどい！」
"Don't keep saying the same things. It's tedious!"
"不要老是重复同样的话，真唠叨！"
"Đừng nói đi mãi cùng 1 chuyện nữa. Nhiều lời quá!"

友達とけんかして、重苦しい雰囲気になった。
I had a fight with my friend and the atmosphere became oppressive.
和朋友吵架了，气氛变得很沉闷。
Cãi nhau với bạn thành ra không khí trở nên nặng nề.

☐ 妙(な) ☐ 思いがけない ☐ 息苦しい

1 名詞
2 する名詞
3 動詞
4 形容詞
5 副詞
6 その他

状況・状態(い形容詞)

□0969
限りない (かぎりない)
▶ without end／无边无际／Không giới hạn

□0970
荒い (あらい)
▶ choppy／凶猛／Dữ dội

□0971
険しい (けわしい)
▶ steep／险峻／Hiểm trở

□0972
まぶしい (まぶしい)
▶ blinding／耀眼／Chói sáng

□0973
蒸し暑い (むしあつい)
▶ humid／闷热／Oi bức

□0974
しぶとい (しぶとい)
▶ tenacious／顽强／Dai dẳng

□0975
薄暗い (うすぐらい)
▶ dim／昏暗／Âm u

□0976
★ **緩い** (ゆるい)
▶ loose／松／Lỏng
⇔ きつい(tight／紧／Chặt)

Quick Review □慌ただしい □著しい □幅広い □ふさわしい □ものすごい □騒々しい

day61

地平線が限りなく続いている。
The horizon stretches on without end.
地平线无边无际地延续着。
Đường chân trời cứ kéo dài không giới hạn.

風が強いので、波が荒い。
The strong wind is making for choppy waves.
风很大，所以波浪很凶猛。
Gió to khiến cho các con sóng trở nên dữ dội.

険しい山道を、２時間歩いた。
I walked along the steep mountain trail for two hours.
在险峻的山路上走了两个小时。
Tôi đã đi bộ 2 giờ đồng hồ theo đường núi hiểm trở.

太陽がまぶしくて、サングラスをかけた。
The sun was blinding so I put on sunglasses.
太阳很耀眼，于是戴了墨镜。
Mặt trời chói sáng, tôi phải đeo kính râm.

蒸し暑くて、汗が止まらない。
It's so humid, I can't stop sweating.
很闷热，汗不停地流。
Thời tiết oi bức, lúc nào cũng mướt mát mồ hôi.

ゴキブリは、殺虫剤をまいても、しぶとく、死なない。
Cockroaches are so tenacious, they don't die even if you spray them with bug spray.
即使洒了杀虫剂，蟑螂还是很顽强地死不了。
Lũ gián dù xịt thuốc diệt gián chúng vẫn dai dẳng không chết.

部屋が薄暗くなったので、電気をつけた。
It became dim in the room, so I turned the light on.
房间变得昏暗了，所以开了灯。
Phòng tôi âm u, nên phải bật điện.

だいぶ痩せたので、スカートが緩くなった。
She lost a lot of weight and her skirt became loose.
因为瘦了很多，所以裙子变松了。
Tôi bị gầy đi, mặc váy bị lỏng.

□くどい　　□重苦しい

Day 62

状態(な形容詞)

□0977
莫大(な)
ばくだいな
▶ enormous／莫大(的)／Lớn

□0978
豪華(な)
ごうかな
▶ luxurious／豪华(的)／Sung túc

□0979
★**わずか**(な)
わずかな
▶ only a little／一点点(的)／Một chút

□0980
★**豊富**(な)
ほうふな
▶ abundant／丰富(的)／Giàu có

□0981
★**明らか**(な)
あきらかな
▶ clear／清楚(的)／Rõ ràng

□0982
妥当(な)
だとうな
▶ reasonable／妥当(的)／Thỏa đáng

□0983
★**適切**(な)
てきせつな
▶ appropriate／恰当(的)／Phù hợp

□0984
容易(な)
よういな
▶ easy／容易(的)／Đơn giản

Quick Review □限りない □荒い □険しい □まぶしい □蒸し暑い □しぶとい

States (~な adjectives)
状态（二类形容词）
Trạng thái (tính từ đuôi na)

day62

親が莫大な財産を残してくれた。
My parents left me an enormous estate.
父母给我留下了莫大的财产。
Bố mẹ đã để lại cho tôi khối tài sản lớn.

親の残した財産で、豪華な生活をする。
I live a luxurious lifestyle with the estate my parents left me.
用父母留下的财产，过着豪华的生活。
Với tài sản bố mẹ để lại tôi sống một cuộc sống sung túc.

月末で、わずかなお金しか残っていない。
There's only a little money left at the end of the month.
因为是月底，只剩一点点钱。
Tới cuối tháng là một chút tiền cũng không còn.

豊富な資源を、有効に活用する。
Make effective use of abundant resources.
有效利用丰富的资源。
Sử dụng hiệu quả nguồn tài nguyên giàu có.

事実はいつか、明らかになるだろう。
The facts will surely become clear someday.
事实什么时候会清楚呢？
Sự thật một lúc nào đó sẽ được rõ ràng.

誰が考えても、妥当な判断だと思います。
I think everyone can agree it was a reasonable decision.
我想任何人都会觉得这是妥当的判断。
Tôi cho rằng dù là bất cứ ai đi nữa cũng cho rằng đó là phán đoán thỏa đáng.

クレームには、適切に対応しなければならない。
You need to handle complaints appropriately.
对投诉必须采取恰当的应对。
Phải xử lý phù hợp đối với các phàn nàn.

事実を明らかにすることは、容易ではない。
It's not easy to bring the truth to light.
澄清事实并不容易。
Để làm rõ sự thật không phải là điều đơn giản.

☐ 薄暗い　　☐ 緩い

---

1 名詞
2 する名詞
3 動詞
4 形容詞
5 副詞
6 その他

状態（な形容詞）

□0985
偉大(な)
いだいな

distinguished／伟大(的)／Vĩ đại

□0986
★**モダン**(な)
もだんな

modern／摩登(的)／Hiện đại

□0987
★**優秀**(な)
ゆうしゅうな

excellent／优秀(的)／Xuất sắc

□0988
★**ユニーク**(な)
ゆにーくな

unique／独特(的)／Duy nhất

□0989
★**鮮やか**(な)
あざやかな

vivid／鲜艳(的)／Rực rỡ

□0990
★**温暖**(な)
おんだんな

temperate／温暖(的)／Ấm áp

□0991
平ら(な)
たいらな

flat／平坦(的)／Bằng phẳng

□0992
なだらか(な)
なだらかな

gentle／不陡(的)／Nhẹ

⇔ **急**(な)(steep／陡峭／Dốc)

Quick Review　□莫大(な)　□豪華(な)　□わずか(な)　□豊富(な)　□明らか(な)

day62

親が偉大だと、子どもは大変だ。
It's difficult for the child when the parent is a distinguished figure.
如果父母很伟大，孩子会很辛苦。
Cha mẹ thật vĩ đại, vì nuôi được đứa con quả là điều vất vả.

シンプルでモダンなデザインの家具が、好きだ。
I like furniture of a simple, modern design.
喜欢在设计上简单而摩登的家具。
Đồ nội thất có thiết kế đơn giản hiện đại rất được ưa chuộng.

愛さんは、優秀な成績で卒業した。
Ai graduated with excellent grades.
爱女士以优秀的成绩毕业了。
Bạn Ai đã tốt nghiệp với thành tích xuất sắc.

真理は、いつもユニークなアイデアを出す。
Mari always comes up with unique ideas.
真理女士总是有独特的构思。
Chị Mari lúc nào cũng có ý tưởng duy nhất có một không hai.

雨の後は、木々の緑が鮮やかに見える。
The green of the trees looks vivid after a rain.
下雨后，树木的绿显得很鲜艳。
Sau trận mưa, cây cối khoác tấm áo xanh rực rỡ.

この地域は、温暖な気候で住みやすい。
This region has a temperate climate and is a comfortable place to live.
这个地区气候温暖，很适合居住。
Vùng này khí hậu ấm áp rất dễ sống.

平らな地形なので、自転車があると便利だ。
The ground is flat, so it's handy to have a bike.
因为地形平坦，有自行车会很方便。
Với địa thế bằng phẳng đi xe đạp rất tiện.

このなだらかな坂を上がった所に住んでいる。
I live at the top of this gently sloping hill.
住在沿着这个不陡的斜坡上去的地方。
Tôi sống ở nơi lên con dốc nhẹ.

☐妥当(な)　☐適切(な)　☐容易(な)

Day 63

状態（な形容詞）

□0993 **公平**(な) こうへいな ▶ fair／公平(的)／Công bằng

□0994 ★**主要**(な) しゅような ▶ main／主要(的)／Chính

□0995 ★**不正**(な) ふせいな ▶ wrongful／不正当(的)／Bất chính

□0996 ★**有効**(な) ゆうこうな ▶ effective／有効(的)／Hiệu quả

□0997 ★**勝手**(な) かってな ▶ arbitrary／随意(的)／Tự ý

□0998 **単調**(な) たんちょうな ▶ monotonous／単調(的)／Đơn điệu

□0999 **めちゃくちゃ**(な) めちゃくちゃな ▶ messy／乱七八糟(的)／Ngổn ngang

□1000 **異常**(な) いじょうな ▶ abnormal／异常(的)／Bất thường
⇔ **正常**(な)（normal／正常(的)／Bình thường）せいじょう

Quick Review □偉大(な) □モダン(な) □優秀(な) □ユニーク(な) □鮮やか(な)

上司は、部下を公平に評価すべきだ。
Bosses should evaluate their subordinates fairly.
上司应该公平地评价部下。
Sếp phải có đánh giá công bằng đối với cấp dưới.

この国の主要な産業は、農業だ。
This country's main industry is agriculture.
这个国家主要的产业是农业。
Ngành sản xuất chính của nước này là nông nghiệp.

不正な手段でお金を稼いだわけではない。
It's not like I earned the money through wrongful means.
并非以不正当的手段赚了钱。
Không có nghĩa là kiếm tiền bằng thủ đoạn bất chính.

新たな病気に有効な薬を、開発する。
Develop medicines effective against new diseases.
为新的疾病开发有效的药。
Người ta phát triển loại thuốc có hiệu quả đối với căn bệnh mới.

勝手な行動をとると、人に迷惑を掛ける。
Acting arbitrarily causes trouble for people.
采取随意的行动，会给别人添麻烦。
Nếu có những hành động tự ý sẽ gây phiền hà tới người khác.

単調な作業が続くので、飽きてきた。
I have tired of the ongoing, monotonous work.
单调的工作不断持续着，所以感到厌倦了。
Tôi phát chán vì liên tục làm công việc đơn điệu.

地震で、部屋がめちゃくちゃになっていた。
The room was made messy (a mess) by the earthquake.
地震使房间变得乱七八糟。
Sau động đất căn phòng ngổn ngang đủ thứ.

今年の夏は、異常なくらい暑い。
This summer has been abnormally hot.
今年的夏天异常炎热。
Mùa hè năm nay nắng nóng bất thường.

□温暖(な)　□平ら(な)　□なだらか(な)

状態（な形容詞）

□1001
着実（な）
ちゃくじつな
steady／扎实(的)／Vững chắc

□1002
中途半端（な）
ちゅうとはんぱな
half-baked／半途而废(的)／Nửa chừng

□1003
★**そっくり**（な）
そっくりな
exactly the same as／一模一样(的)／Giống hệt

□1004
無縁（な）
むえんな
foreign／无缘(的)／Không liên quan

□1005
★**雑**（な）
ざつな
sloppy／潦草(的)／Cẩu thả

□1006
そまつ（な）
そまつな
wasteful／简慢(的)／Coi thường

□1007
特殊（な）
とくしゅな
special／特殊(的)／Đặc biệt

□1008
★**平凡**（な）
へいぼんな
prosaic／平凡(的)／Bình thường
⇔ 非凡(な)（extraordinary／非凡(的)／Không bình thường）

Quick Review □公平(な) □主要(な) □不正(な) □有効(な) □勝手(な) □単調(な)

day63

1年前より、日本語は着実に上達している。
I have made steady improvement in my Japanese in the last year.
相比1年前，日语有了扎实的进步。
Từ một năm trước, tiếng Nhật của tôi vững chắc dần.

最後まで書けなくて、中途半端なレポートになってしまった。
I couldn't get to the end of the report and it ended up being half-baked.
没有写到最后，成了半途而废的报告。
Tôi không thể viết đến cuối cùng, đành phải nộp báo cáo nửa chừng cho sếp.

娘は、私とそっくりな話し方をする。
My daughter speaks exactly the same way as I do.
女儿的说话方式和我一模一样。
Em gái tôi có cách nói chuyện giống hệt tôi.

病気とは無縁で、風邪をひいたこともない。
Sickness is foreign to me; I have never even caught a cold.
无缘于疾病，连感冒也不曾得。
Tôi không liên quan tới bệnh, tôi cũng chưa bao giờ bị cảm cúm.

メモの字が雑で、何て書いてあるのかわからない。
The handwriting on the note is sloppy and I can't tell what it says.
笔记的字很潦草，不知道写着什么。
Chữ viết nháp cẩu thả, tôi không luận ra được là viết cái gì.

食べ物をそまつにしてはいけない。
One must not be wasteful with food.
不能简慢地对待食物。
Không được phép coi thường đồ ăn.

特殊な条件では、正常に作動しないこともある。
Under special circumstances, it sometimes does not work properly.
在特殊的条件下，也有可能无法正常运作。
Trong điều kiện đặc biệt, cũng có khi máy không hoạt động bình thường.

いつもと変わらない、平凡な毎日を送る。
I live a prosaic existence, with nothing ever changing.
一如既往地过着平凡的每一天。
Tôi trải qua chuỗi ngày bình thường không có gì thay đổi.

☐ めちゃくちゃ(な)　　☐ 異常(な)

Day 64

状態（な形容詞）

□1009
大幅（な）
おおはばな
considerably／大幅度(的)／Lớn

□1010
過剰（な）
かじょうな
excessive／过度(的)／Quá

＝ 自信過剰（overconfident／过度自信／Quá tự tin）

□1011
急激（な）
きゅうげきな
rapid／急剧(的)／Mạnh mẽ

□1012
余計（な）
よけいな
uncalled for／多余(的)／Thừa

□1013
大まか（な）
おおまかな
rough／粗略(的)／Đại khái

≒ だいたい（の）

□1014
安易（な）
あんいな
easy／轻易(的)／Dễ dàng

□1015
的確（な）
てきかくな
accurate／正确(的)／Chính xác

□1016
無用（な）
むような
unneeded／没必要(的)／Không cần thiết

Quick Review □着実(な) □中途半端(な) □そっくり(な) □無縁(な) □雑(な)

day64

雨で、予定が大幅に変わってしまった。
Our plans changed considerably because of the rain.
由于下雨，预定大幅度地变更了。
Kế hoạch đã bị thay đổi lớn do trời mưa.

花粉症は、花粉に過剰に反応するアレルギーだ。
Hay fever is an allergy that causes an excessive response to pollen.
花粉症是对花粉过度反应的过敏症。
Bệnh dị ứng phấn hoa là bệnh dị ứng do phản ứng quá mạnh với phấn hoa.

急激に高齢化が進んでいる。
The graying of the country is proceeding rapidly.
老龄化正急剧发展。
Hiện tượng già hóa dân số đang tiến triển mạnh mẽ.

あまり余計なことは、言わないほうがいい。
You shouldn't say things that are uncalled for.
不要说太多多余的话比较好。
Tốt nhất không nên nói nhiều điều thừa thãi.

友達に、大まかに事情を説明する。
Give a rough account of the situation to a friend.
跟朋友粗略地说明情况。
Tôi giải thích đại khái sự việc với bạn mình.

守れないなら、安易に約束しないほうがいい。
You shouldn't make promises so easily if you can't keep them.
如果守不了约，最好不要轻易承诺。
Nếu không giữ được lời hứa thì tốt nhất không nên dễ dàng hứa.

両親はいつも、的確なアドバイスをしてくれる。
My parents always give accurate advice.
父母总是给我正确的建议。
Bố mẹ lúc nào cũng cho chúng ta lời khuyên chính xác.

親に無用な心配を掛けたくない。
I don't want to cause my parents unneeded worry.
不想让父母操没必要的心。
Tôi không thích làm cho cha mẹ lo lắng không cần thiết.

☐ そまつ(な)   ☐ 特殊(な)   ☐ 平凡(な)

1 名詞
2 する名詞
3 動詞
4 形容詞
5 副詞
6 その他

○○的（な形容詞）

□1017
具体的（な）
ぐたいてきな

specific ／ 具体(的) ／ Một cách cụ thể

⇔ 抽象的（な）(abstract／抽象(的)／Một cách trừu tượng)

□1018
抽象的（な）
ちゅうしょうてきな

abstract ／ 抽象(的) ／ Một cách trừu tượng

⇔ 具体的（な）(specific／具体(的)／Một cách cụ thể)

□1019
客観的（な）
きゃっかんてきな

objective ／ 客观(的) ／ Một cách khách quan

⇔ 主観的（な）(subjective／主观(的)／Một cách chủ quan)

□1020
主観的（な）
しゅかんてきな

subjective ／ 主观(的) ／ Một cách chủ quan

⇔ 客観的（な）(objective／客观(的)／Một cách khách quan)

□1021
間接的（な）
かんせつてきな

indirect ／ 间接(的) ／ Một cách gián tiếp

⇔ 直接的（な）(direct／直接(的)／Một cách trực tiếp)

□1022
対照的（な）
たいしょうてきな

contrasting ／ 对比鲜明(的) ／ Đối ngược

□1023
典型的（な）
てんけいてきな

typical ／ 典型(的) ／ Điển hình

□1024
原始的（な）
げんしてきな

primitive ／ 原始(的) ／ Sơ khai

Quick Review □大幅(な) □過剰(な) □急激(な) □余計(な) □大まか(な) □安易(な)

XX-ish / XX-like (~な adjectives)
○○的（二类形容词）
Tính... (Tính từ đuôi na)

🔊 day64

もっと具体的に説明してください。
Please speak more specifically (give more specifics).
请更具体地说明一下。
Hãy giải thích một cách cụ thể hơn.

抽象的な話は、理解するまで時間がかかる。
It takes time to understand abstract concepts.
抽象的话语，需要花费时间才能理解。
Câu chuyện một cách trừu tượng sẽ mất thời gian để hai bên hiểu nhau.

全てのデータから、客観的に判断する。
Make objective decisions based on data.
根据所有的数据客观地判断。
Từ toàn bộ dữ liệu chúng ta sẽ đánh giá một cách khách quan.

他人の主観的な意見だけでは、判断できない。
I can't make a decision based only on the subjective opinions of others.
单凭别人主观的意见无法判断。
Chỉ với mỗi ý kiến một cách chủ quan của người khác sẽ không thể nào đánh giá được.

友人を通して、間接的に私の考えを伝えた。
I made my thoughts known indirectly through my friend.
通过朋友间接地传达了我的想法。
Thông qua bạn bè, tôi truyền đạt suy nghĩ của mình một cách gián tiếp.

あの兄弟は、とても対照的な性格をしている。
Those brothers have very contrasting personalities.
那对兄弟的性格对比鲜明。
Anh em nhà họ có tính cách đối ngược nhau.

ご飯とみそ汁は、典型的な日本の朝ご飯だ。
Rice and miso soup is a typical Japanese breakfast.
米饭和味噌汤是典型的日本早餐。
Cơm và nước tương miso là bữa ăn sáng điển hình của người Nhật.

森で原始的な生活をしている人たちがいる。
There are people living primitive lives in the forest.
有在森林里过着原始生活的人们。
Có những tộc người đang sống cuộc sống sơ khai trong rừng sâu.

☐的確（な）　☐無用（な）

---

1 名詞
2 する名詞
3 動詞
4 形容詞
5 副詞
6 その他

CHECK TEST 4

1 （　　　）に入れるのに最もよいものを、1・2・3・4から一つ選びなさい。

❶ 彼女は次の社長として（　　　）と思う。
1. 勇ましい　2. 手頃だ　3. 率直だ　4. ふさわしい
　0924　　　　0956　　　　0950　　　　0964

❷ あの兄弟は、双子のように（　　　）。
1. そっくりだ　2. 対照的だ　3. 平凡だ　4. 活発だ
　1003　　　　　1022　　　　1008　　　　0925

❸ 何も手伝わなかったのに、謝礼だけもらうなんて、（　　　）人だ。
1. 怪しい　2. クールな　3. ずうずうしい　4. 物足りない
　0929　　　0923　　　　0934　　　　　　0942

❹ 5月になり、（　　　）気持ちのいい天気が続いている。
1. 活発で　2. 爽やかで　3. 朗らかで　4. まぶしくて
　0925　　　0954　　　　0916　　　　0972

❺ （　　　）ことが起こって、計画どおりにいかなくなった。
1. 慌ただしい　2. 思いがけない　3. 限りない　4. そそっかしい
　0961　　　　　0959　　　　　　0969　　　　0919

❻ 工場が建設されてから、環境が（　　　）悪化した。
1. 著しく　2. くどく　3. 険しく　4. 醜く
　0962　　　0967　　　0971　　　0935

❼ この住宅街は、（　　　）家が多く建っている。
1. クールな　2. フレッシュな　3. マイペースな　4. モダンな
　0923　　　　0957　　　　　　0428　　　　　　0986

❽ 人は年を取ると、（　　　）なる傾向がある。
1. 曖昧に　2. 頑固に　3. 深刻に　4. 単調に
　0946　　　0917　　　0948　　　0998

❾ あのご夫婦は（　　　）性格だが、とても仲がいい。
1. 重苦しい　2. 安易な　3. くどい　4. 対照的な
　0968　　　　1014　　　0967　　　1022

※4桁の数字は、テキストの単語番号です。

⑩ 自分は一人っ子だから、兄弟がいる人が（　　　）。
1. うらやましい　2. 気楽だ　3. 憎たらしい　4. 無縁だ
   0937　　　　　　0947　　　　　0941　　　　　1004

⑪ 私の家まで、（　　　）坂が続いている。
1. 息苦しい　2. 薄暗い　3. 穏やかな　4. なだらかな
   0960　　　　0975　　　　0951　　　　　0992

⑫ ロボットが接客するという、とても（　　　）ホテルがあるらしい。
1. 妥当な　2. 利口な　3. ロマンチックな　4. ユニークな
   0982　　　0926　　　　0943　　　　　　　0988

⑬ 何の変化もない（　　　）毎日を過ごしている。
1. 単調な　2. 手軽な　3. 慎重な　4. 無用な
   0998　　　0955　　　　0949　　　1016

⑭ この製品は、作りが（　　　）、すぐに壊れてしまいそうだ。
1. 怪しくて　2. 安易で　3. 雑で　4. 醜くて
   0929　　　　1014　　　　1005　　　0935

⑮ （　　　）景気が良くなるようなことは、ないだろう。
1. 過剰に　2. 急激に　3. 適切に　4. 典型的に
   1010　　　1011　　　　0983　　　1023

⑯ 何か問題が起きたのか、2人が（　　　）顔をして話している。
1. 客観的な　2. 慎重な　3. 深刻な　4. 神経質な
   1019　　　　0949　　　　0948　　　0931

⑰ （　　　）時間を見つけて、日本語を勉強し続けている。
1. そまつな　2. 大幅な　3. 余計な　4. わずかな
   1006　　　　1009　　　　1012　　　0979

⑱ 調べていくと、彼が無実である（　　　）証拠が出てきた。
1. 明らかな　2. 的確な　3. 主観的な　4. 主要な
   0981　　　　1015　　　　1020　　　　0994

1 名詞
2 する名詞
3 動詞
4 形容詞
5 副詞
6 その他

CHECK TEST 4

2 ＿＿＿の言葉に意味が最も近いものを、1・2・3・4から一つ選びなさい。

❶ 幼稚な振る舞いをする人は、リーダーには向かないと思う。
0922
1. 子どもっぽい　2. 子どもらしい　3. ばかっぽい　4. ばからしい

❷ あの人が来ると、いつもなんだか騒々しい。
0966
1. うるさい　2. 楽しい　3. 明るい　4. にぎやかだ

❸ まず、大まかな計画を立ててから、細かい点を決めよう。
1013
1. 具体的な　2. くどい　3. だいたいの　4. ほとんどの

❹ 曖昧なことを言わず、きちんと説明してください。
0946
1. 思いがけない　2. 間接的な　3. 中途半端な　4. はっきりしない

288 ▶ 289

ANSWER

1
❶ 4. ふさわしい
❷ 1. そっくりだ
❸ 3. ずうずうしい
❹ 2. 爽やかで
❺ 2. 思いがけない
❻ 1. 著しく
❼ 4. モダンな
❽ 2. 頑固に
❾ 4. 対照的な
❿ 1. うらやましい
⓫ 4. なだらかな
⓬ 4. ユニークな
⓭ 1. 単調な
⓮ 3. 雑で
⓯ 2. 急激に
⓰ 3. 深刻な
⓱ 4. わずかな
⓲ 1. 明らかな

2
❶ 1. 子どもっぽい
❷ 1. うるさい
❸ 3. だいたいの
❹ 4. はっきりしない

5 副詞
Adverbs／副词／Trạng từ

1025-1040
時・時間
Time
时候、时间
Khi - Thời gian

1041-1056
程度・頻度
Degree, frequency
程度、频率
Mức độ - Tần suất

1057-1080
感情を添える言葉
Words that accompany emotions
附带感情的语言
Từ ngữ biểu đạt cảm xúc

1081-1088
繰り返しの言葉
Words with repeating elements
重叠词
Từ lặp lại

1089-1104
状態
States
状态
Trạng thái

Day 65　時・時間(とき・じかん)

□1025 ★早速 さっそく	right away ／马上／ Nhanh chóng ≒ すぐ
□1026 ★直に じきに	instantly ／立刻／ Sớm ≒ もうすぐ
□1027 さっさと さっさと	quickly ／赶快／ Nhanh chóng
□1028 ★至急 しきゅう	urgently ／火速／ Gấp
□1029 ★既に すでに	already ／已经／ Rồi ≒ もう
□1030 即座に そくざに	immediately ／马上／ Ngay lập tức ≒ すぐに
□1031 ★直ちに ただちに	straightaway ／立即／ Ngay lập tức ≒ すぐに
□1032 ★いきなり いきなり	suddenly ／突然／ Đột nhiên ≒ 急(きゅう)に、突然(とつぜん)

Quick Review □具体的(な) □抽象的(な) □客観的(な) □主観的(な) □間接的(な)

Time 时候、时间 Khi - Thời gian	day65	1 名詞

新しいレストランができたので、早速行ってきた。
When the new restaurant opened, I went right away.
因为开了新餐厅，所以马上去。
Vì có nhà hàng mới mở nên tôi đã đi đến đó nhanh chóng.

薬を飲んだので、直に良くなるだろう。
You took medicine, so you'll probably instantly feel better.
喝了药了，立刻就能好了吧。
Vì tôi đã uống thuốc nên có lẽ sẽ sớm khỏi.

さっさと仕事を終わらせて、帰りましょう。
Let's quickly finish our work and go home.
赶快完成工作回去吧。
Chúng ta làm xong công việc nhanh chóng rồi về nào.

至急、お返事をください。
You urgently need to reply (Please reply, it's urgent).
请火速回信。
Anh hãy trả lời tôi gấp.

申し込みは、既に締め切っている。
The deadline for application has already passed.
报名已经截止了。
Việc đăng ký đã hết hạn rồi.

「やります」と即座に答えた。
I immediately said I'd do it.
马上答道"我做"。
Tôi đã trả lời ngay lập tức rằng: "Tôi sẽ làm."

問題が起きたら、直ちに対応すべきだ。
One should address problems straightaway when they occur.
发生问题应该立即应对。
Nếu có vấn đề xảy ra thì cần phải xử lý ngay lập tức.

いきなり人が出てきて、びっくりした。
It surprised me when he suddenly jumped out.
突然有人出来，吓了一跳
Đột nhiên có người đi ra, tôi đã rất ngạc nhiên.

☐ 対照的(な)　☐ 典型的(な)　☐ 原始的(な)

時・時間

□1033 ひとまず
for the time being／暫且／Tạm thời

□1034 ようやく
finally／总算／Cuối cùng
≒ やっと

□1035 とっくに
already／早就／Từ lâu rồi

□1036 徐々に (じょじょに)
gradually／渐渐／Dần dần
≒ 少しずつ、だんだん

□1037 ★いったん
for a moment／暂且／Tạm thời

□1038 かつて
once／曾经／Trước đây
≒ 以前

□1039 今更 (いまさら)
at this point／现在才／Đến lúc này

□1040 再三 (さいさん)
again and again／再三／Mấy lần rồi
≒ 何回も

Quick Review　□早速　□直に　□さっさと　□至急　□既に　□即座に　□直ちに

day65

熱が下がったので、ひとまず安心した。
For the time being, I'm relieved that my fever went down.
烧退了，暂且放心了。
Vì cơn sốt đã hạ nên tạm thời tôi thấy an tâm.

ようやく就職することができた。
I finally got a job.
总算就业了。
Cuối cùng thì tôi đã tìm được việc.

友達は、とっくに帰ってしまった。
Your friend has already gone home.
朋友早就回去了。
Bạn tôi đã về từ lâu rồi.

地球の気温が、徐々に高くなってきている。
Global temperatures are gradually rising.
地球的气温渐渐升高了。
Nhiệt độ của trái đất dần dần tăng lên.

「いったん家に戻ってから、もう一度、来ます」
"I'm going home for a moment, then I'll be back."
"暂且回家，然后再过来。"
"Tạm thời tôi sẽ về nhà rồi đến một lần nữa."

ここはかつて海の底だった。
This was once the bottom of the ocean.
这里曾经是海底。
Nơi đây trước đây là đáy biển.

今更駄目だと言われても、困ります。
Saying no at this point will cause issues.
现在才说不行，我会很为难。
Đến lúc này mà bị nói là không được thì tôi sẽ gặp khó khăn.

再三お願いしたが、引き受けてくれなかった。
I asked him again and again, but he wouldn't accept.
虽然再三拜托了，但对方还是没答应。
Tôi đã nhờ mấy lần rồi nhưng anh ta không nhận làm giúp.

☐ いきなり

---

1 名詞
2 する名詞
3 動詞
4 形容詞
5 副詞
6 その他

Day 66　程度・頻度

□1041
いっそう
いっそう
all the more ／更加／ Nhiều hơn

□1042
大いに
おおいに
greatly ／大／ Nhiều

□1043
★最も
もっとも
most ／最／ Nhất
≒ 一番

□1044
そうとう
そうとう
rather ／相当／ Khá là

□1045
★ほぼ
ほぼ
almost ／大体上／ Hầu như
≒ だいたい

□1046
せいぜい
せいぜい
at the most ／最多也／ Nhiều nhất là

□1047
★やや
やや
somewhat ／稍稍／ Một chút

□1048
ざっと
ざっと
briefly ／粗略地／ Qua

Quick Review 　□ひとまず　□ようやく　□とっくに　□徐々に　□いったん　□かつて

Degree, frequency
程度、频率
Mức độ - Tần suất

day66

1 名詞
2 する名詞
3 動詞
4 形容詞
5 副詞
6 その他

期待が<u>いっそう</u>高まった。
His expectations increased all the more.
期待更加高了。
Sự kỳ vọng nhiều hơn.

これまでの経験が<u>大いに</u>役立った。
His accumulated experience benefited them greatly.
迄今为止的经验有很大的作用。
Những kinh nghiệm tôi đã có từ trước đến nay đã giúp ích được rất nhiều.

(テストなどで)<u>最も</u>適切な言葉を選びなさい。
(On a test, etc.) Please choose the most suitable word.
(在考试等中)请选出最恰当的词语。
(Khi làm bài thi) Hãy chọn từ thích hợp nhất.

会社を経営するのは、<u>そうとう</u>大変だろう。
Managing a company is a rather difficult endeavor.
经营公司应该相当辛苦吧。
Việc kinh doanh công ty có lẽ khá là vất vả.

新しいビルは、<u>ほぼ</u>完成した。
The new building is almost completed.
新大厦大体上完工了。
Toà nhà mới hầu như đã hoàn thành.

<u>せいぜい</u>3日しか休みが取れない。
I'll get only three days of vacation, at the most.
最多也只能取得3天假期。
Tôi chỉ có thể nghỉ được nhiều nhất là 3 ngày.

景気が<u>やや</u>良くなってきたようだ。
The economy appears to have somewhat improved.
景气好像稍稍好转了。
Có vẻ nền kinh tế đã trở nên tốt hơn một chút.

資料を<u>ざっと</u>読んだ。
I briefly read the materials.
粗略地看了资料。
Tôi đã đọc qua tài liệu.

□ 今更　　□ 再三

程度・頻度
ていど　ひんど

□1049 **常に** (つねに) — always／时常／Thường
≒ いつも

□1050 年中 (ねんじゅう) — all year-round／全年／Suốt cả năm

□1051 しょっちゅう — all the time／经常／Hay

□1052 度々 (たびたび) — frequently／多次／Thường xuyên

□1053 ろくに — without properly／好好地／Một chút nào

□1054 めったに — hardly ever／不常／Hiếm khi

□1055 これほど — such／这么／Đến mức này

□1056 大して (たいして) — much／并不怎么／Nhiều

Quick Review　□いっそう　□大いに　□最も　□そうとう　□ほぼ　□せいぜい　□やや

day66

目標を常に意識して、仕事をする。
Always keep goals in mind when working.
时常意识着目标进行工作。
Tôi thường ý thức đến mục tiêu và làm việc.

この店は年中休まず営業している。
This shop is open all year-round.
这家店全年无休地营业。
Cửa hàng này kinh doanh suốt cả năm không nghỉ.

森さんは、しょっちゅう授業をさぼっている。
Mr. Mori ditches class all the time.
森经常逃课。
Bạn Mori hay trốn học.

京都が好きで、度々訪れている。
She likes Kyoto and frequently visits.
因为喜欢京都，所以多次到访。
Tôi thích thành phố Kyoto và tôi thường xuyên đến đó.

ろくに顔も見ないで話すのは、失礼だ。
It's rude to speak without properly looking at someone's face.
说话时不好好地看着对方的脸是很失礼的。
Việc không nhìn mặt người khác một chút nào và cứ nói chuyện thì quả là bất lịch sự.

こんなご馳走はめったに食べられない。
I hardly ever get a chance to eat such foods.
如此的饭菜不常能够吃到。
Hiếm khi tôi có thể được ăn món ăn ngon như thế này.

これほど美しい景色は、見たことがない。
I've never seen such beautiful scenery.
从没看过这么美丽的景色。
Tôi chưa từng nhìn thấy cảnh đẹp đến mức này bao giờ.

大して勉強しなかったのに、合格した。
I passed without even studying much.
并不怎么学习却合格了。
Mặc dù tôi không học nhiều nhưng lại đỗ.

□ざっと

※下線は、セットで使われる表現です。

1 名詞
2 する名詞
3 動詞
4 形容詞
5 副詞
6 その他

Day 67

感情を添える言葉

□1057
★ おそらく
おそらく
probably／恐怕／E là

≒ たぶん

□1058
案の定
あんのじょう
just as I thought／果然／Quả nhiên

□1059
どうやら
どうやら
it would appear／多半／Có vẻ như

□1060
まさか
まさか
by no means／想不到／Không ngờ rằng

□1061
何となく
なんとなく
for some reason／总觉得／Không hiểu sao

□1062
何しろ
なにしろ
at any rate／因为／Dù thế nào đi nữa

□1063
★ わざわざ
わざわざ
take the trouble to／特意／Cất công

□1064
★ かえって
かえって
on the contrary／反而／Ngược lại

Quick Review □常に □年中 □しょっちゅう □度々 □ろくに □めったに □これほど

Words that accompany emotions
附带感情的语言
Từ ngữ biểu đạt cảm xúc

day 67

1	名詞
2	する名詞
3	動詞
4	形容詞
5	**副詞**
6	その他

<u>おそらく</u>、森君は遅れてくる<u>だろう</u>。
Mori-kun will probably be late.
恐怕，森会迟到。
E là bạn Mori đến muộn rồi.

森君は案の定、遅刻してきた。
Just as I thought, Mori-kun was late.
森果然迟到了。
Quả nhiên bạn Mori đã đến muộn.

<u>どうやら</u>道を間違えた<u>らしい</u>。
It would appear he went the wrong way.
多半是迷路了。
Có vẻ như tôi đã nhầm đường.

<u>まさか</u>、1時間も遅れる<u>なんて</u>思わなかった。
By no means did I think he would be an hour late.
想不到居然晚了1个小时。
Không ngờ rằng tôi bị muộn những một tiếng đồng hồ.

最近、何となくやる気が出ない。
I don't have any motivation lately, for some reason.
最近总觉得没有干劲。
Không hiểu sao gần đây tôi không muốn làm gì.

何しろお金がなくて、遊びに行けない。
At any rate, I don't have any money so I can't go.
因为没有钱，所以不能去玩。
Dù thế nào đi nữa thì tôi cũng không có tiền và không thể đi chơi được.

わざわざ来てくれて、ありがとう。
Thank you for taking the trouble to come.
谢谢特意过来。
Cám ơn anh đã cất công đến.

かえって心配させてしまった。
On the contrary, he made her worry.
反而让对方担心了。
Ngược lại đã khiến cho tôi phải lo lắng.

☐ 大して

※下線は、セットで使われる表現です。

感情を添える言葉

□1065
★たとえ
たとえ

even／哪怕／Cho dù

≒ もし

□1066
★ともかく
ともかく

anyway, anyhow／不管怎样／Dù thế nào

□1067
★むしろ
むしろ

if anything／反倒是／Hơn là

□1068
果たして
はたして

really／果真／Quả thật

□1069
万一
まんいち

in the unlikely event／万一／Vạn bất đắc dĩ

≒ もし

□1070
★案外
あんがい

unexpectedly／出乎意外／Không ngờ rằng

□1071
幸い
さいわい

fortunately／幸亏／May là

□1072
★改めて
あらためて

once again／重新／Một lần nữa

Quick Review　□おそらく　□案の定　□どうやら　□まさか　□何となく　□何しろ

day67

5 副詞

<u>たとえ</u>反対され<u>ても</u>、私はやります。
I'm going to do it anyway, even if you disagree.
哪怕被反对，我也会做。
Cho dù bị phản đối đi chăng nữa, tôi vẫn sẽ làm.

ともかく、やってみよう。
Anyway, let's do it.
不管怎样，做做看吧。
Dù thế nào thì hãy làm thử nào.

諦めないで、<u>むしろ</u>挑戦した。
I didn't give up; if anything, I threw myself at it.
不放弃，反倒是挑战了。
Tôi đã thử sức hơn là từ bỏ.

<u>果たして</u>成功する<u>だろうか</u>。
Will I really succeed?
果真能成功吗?
Quả thật là thành công không?

<u>万一</u>、失敗し<u>ても</u>、大丈夫です。
In the unlikely event that you fail, everything will be fine.
万一失败也不要紧。
Vạn bất đắc dĩ có thất bại đi chăng nữa cũng không sao cả.

やってみたら、案外簡単だった。
When I tried it, it was unexpectedly easy to do.
尝试了一下，出乎意外地简单。
Khi làm thử thì không ngờ rằng khá là đơn giản.

幸い、家族が協力してくれた。
Fortunately, my family helped out.
幸亏有家人的协助。
May là gia đình đã giúp đỡ tôi.

家族の大切さを、改めて実感した。
I once again realized the importance of family.
重新体会到家人的重要。
Một lần nữa tôi cảm nhận được sự quan trọng của gia đình.

□ わざわざ　　□ かえって

※下線は、セットで使われれる表現です。

Day 68

感情を添える言葉

□1073 いわば (いわば)	so to speak ／可以说／ Có thể nói như là
□1074 単に (たんに)	alone ／単／ Chỉ
□1075 ふと (ふと)	happen to ／偶然／ Vô tình
□1076 あいにく (あいにく)	unfortunately ／不凑巧／ Thật không may
□1077 つい (つい)	in spite of oneself ／不知不觉地／ Lỡ
□1078 わざと (わざと)	on purpose ／故意地／ Cố tình
□1079 せめて (せめて)	just ／至少／ Ít nhất
□1080 要するに (ようするに)	in short ／总而言之／ Tóm lại là

Quick Review　□たとえ　□ともかく　□むしろ　□果たして　□万一　□案外　□幸い

day68

インターネットは、いわば巨大な図書館のようだ。
The Internet is a giant library, so to speak.
互联网可以说就像一个巨大的图书馆。
Internet có thể nói như là một thư viện lớn.

単に知識があるだけでは、役に立たない。
Having knowledge alone will not help you.
单有知识是没有用。
Chỉ có kiến thức không thôi thì không có tác dụng.

ふと外を見ると、雨が降りはじめていた。
When I happened to look out the window, rain had started falling.
偶然看向外面，发现开始下雨了。
Vô tình tôi nhìn ra bên ngoài thì trời bắt đầu đổ mưa.

楽しみにしていたのに、あいにく雨で、山に登れなかった。
I was looking forward to it, but unfortunately we couldn't climb the mountain due to the rain.
原本很期待，不凑巧下雨了，无法登山。
Dù tôi đã rất mong chờ, nhưng thật không may trời mưa nên không thể leo núi được.

チョコレートを見ると、つい食べてしまう。
In spite of myself, I always eat chocolate whenever I see it.
看到巧克力会不知不觉地去吃。
Hễ nhìn thấy socola tôi lại lỡ ăn.

わざと聞こえないふりをした。
I pretended like I didn't hear her on purpose.
故意地装作听不到。
Tôi đã cố tình giả vờ là không nghe thấy.

「せめてあと10分、寝させて……」
"Just let me sleep for 10 more minutes..."
"至少再让我睡10分钟……。"
"Hãy cho tôi ngủ thêm ít nhất là 10 phút nữa..."

要するに、行きたくないということですね。
In short, you don't want to go, right?
总而言之就是不想去吧。
Tóm lại là anh không muốn đi phải không.

□ 改めて

※下線は、セットで使われる表現です。

1 名詞
2 する名詞
3 動詞
4 形容詞
5 副詞
6 その他

繰り返しの言葉

□ 1081
着々と
ちゃくちゃくと
steady／稳步而顺利地／Đều đều

□ 1082
生き生き(と)
いきいきと
vivaciously／生气勃勃／Năng nổ
【する】生き生きする

□ 1083
わくわく
わくわく
excited／欢欣雀跃／Háo hức
【する】わくわくする

□ 1084
ごろごろ
ごろごろ
loaf around／无所事事／Không làm gì cả
【する】ごろごろする

□ 1085
ぐるぐる
ぐるぐる
round and round／团团转／Vòng quanh
【する】ぐるぐるする

□ 1086
うろうろ
うろうろ
wander around aimlessly／急得团团转／Lang thang
【する】うろうろする

□ 1087
ゆらゆら
ゆらゆら
flicker／晃动／Đung đưa
【する】ゆらゆらする

□ 1088
がさがさ
がさがさ
rustling／沙沙／Xào xạc
【する】がさがさする

Quick Review　□いわば　□単に　□ふと　□あいにく　□つい　□わざと　□せめて

Words with repeating elements
重叠词
Từ lặp lại

🔊 day68

1 名詞
2 する名詞
3 動詞
4 形容詞
5 副詞
6 その他

着々と、留学の手続きを進めている。
I'm making steady progress with the study abroad procedures.
稳步而顺利地办理着留学手续。
Tôi làm các thủ tục du học một cách đều đều.

新しい職場で、生き生きと働いている。
She's working vivaciously at her new job.
在新的职场生气勃勃地工作。
Tôi đang làm việc rất năng nổ ở nơi làm việc mới.

明日から旅行なので、わくわくしている。
I'm excited to go on the trip tomorrow.
明天就要去旅行了，心里欢欣雀跃。
Từ ngày mai tôi sẽ đi du lịch nên giờ tôi đang rất háo hức.

休みの日は、何もしないでごろごろしている。
On my days off, I just loaf around, not doing anything.
休息日，什么都不做，无所事事的。
Ngày nghỉ tôi ở nhà chơi, không làm gì cả.

同じ道をぐるぐる回っている気がする。
It feels like I'm going round and round on the same route.
感觉是在同样的路上团团转圈。
Tôi có cảm giác mình đang đi vòng quanh một con đường giống nhau.

道に迷って、うろうろしてしまった。
I got lost and ended up wandering around aimlessly.
迷了路，急得团团转。
Tôi bị lạc đường và đi lang thang.

ろうそくの炎がゆらゆら揺れている。
The candle's flame is flickering.
蜡烛的火焰晃动摇曳着。
Ngọn lửa trong chiếc nến đang đung đưa.

木々の間で、がさがさと音がして、クマが出てきた。
There was a rustling between the trees and a bear emerged.
随着树木之间发出的沙沙声，熊走出来了。
Trong đám cây có tiếng xào xạc rồi một con gấu xuất hiện.

☐ 要するに

Day 69

状態（じょうたい）

□1089 続々（と） ぞくぞくと
one after the other／陆续／Tới tấp

□1090 一気に いっきに
all at once／一下子／Ngay lập tức

□1091 一斉に いっせいに
all together／一齐／Đồng loạt

□1092 どっと どっと
burst out／一下子／Đồng loạt

□1093 一段と いちだんと
even more／越发／Hơn rất nhiều

□1094 からっと からっと
clear／晴朗／Trong xanh

【する】からっとする

□1095 ひんやり ひんやり
pleasantly cool／寒意／Mát lạnh

【する】ひんやりする

□1096 しっとり しっとり
damp／潮湿／Ẩm

【する】しっとりする

Quick Review □着々と □生き生き（と） □わくわく □ごろごろ □ぐるぐる □うろうろ

States
状态
Trạng thái

🎵 day69

1	名詞
2	する名詞
3	動詞
4	形容詞
5	**副詞**
6	その他

観客が続々と会場に集まってきた。
Audience members gathered in the auditorium one after another.
观众陆续聚集到会场。
Quan khách tập trung tới tấp đến hội trường.

曲が始まり、一気に盛り上がった。
The song began and the audience cheered all at once.
曲子开始了，一下子热闹起来。
Bài hát bắt đầu, ngay lập tức trở nên phấn khích hẳn.

観客が一斉に立ち上がって、拍手した。
The spectators stood up all together and clapped.
观众一齐站了起来鼓掌。
Quan khách đồng loạt đứng lên và vỗ tay.

コンサートが終わって、客がどっと出てきた。
The concert ended and the attendees burst out of the venue.
演唱会结束了，观众一下子涌出来。
Buổi hoà nhạc kết thúc, khách hàng đồng loạt đi ra ngoài.

気温が下がり、紅葉が一段ときれいになった。
The temperature came down and the fall leaves became even more beautiful.
气温下降，红叶越发美丽了。
Nhiệt độ giảm, lá đỏ trở nên đẹp hơn rất nhiều.

からっと、気持ちのいい天気だ。
Such clear and pleasant weather today.
真是晴朗舒服的好天气。
Tiết trời đẹp, trong xanh và sảng khoái.

夜になり、ひんやり冷えてきた。
The night came on and it became pleasantly cool.
到了晚上，感觉到寒意。
Trời về đêm, thấy mát lạnh hẳn.

小雨が降って、服がしっとりぬれてしまった。
A light rain fell and my clothing became damp.
下起小雨，衣服潮湿了。
Trời mưa nhỏ, quần áo bị ẩm ướt mất.

☐ ゆらゆら　　☐ がさがさ

状態

□1097
ひとりでに
ひとりでに
on its own／自动地／Tự nhiên

□1098
★次第に
しだいに
little by little／逐渐／Dần dần

□1099
必ずしも
かならずしも
(not) always true／未必／Chưa hẳn là

□1100
じかに
じかに
in person／直接／Trực tiếp

□1101
ちらり（と）
ちらりと
shoot a glance／一晃／Thoáng qua
≒ ちらっと

□1102
本来
ほんらい
supposed to be／本来／Về bản chất

□1103
★ついでに
ついでに
while (you are) at it／顺便／Tiện thể

□1104
★元々
もともと
originally／原本／Vốn dĩ

Quick Review □続々(と) □一気に □一斉に □どっと □一段と □からっと

車 が ひとりでに 動く はずがない。
Cars are not supposed to move on their own.
车不会自动地开动。
Chắc chắn chiếc xe ô tô không thể tự nhiên chuyển động được.

次第に、事故の原因が明らかになった。
Little by little, the cause of the accident became known.
事故的原因逐渐明晰了。
Dần dần đã hiểu ra được nguyên nhân của vụ tai nạn.

必ずしも、日本人が敬語を使えるわけではない。
It's not always true that Japanese people can use honorific language.
日本人未必都会使用敬语。
Chưa hẳn là người Nhật đã có thể sử dụng được kính ngữ.

メールより、じかに話したほうが話が早い。
It would be quicker to speak in person rather than e-mail her.
比起邮件，直接说会更快达成相互的理解。
Việc nói chuyện trực tiếp sẽ nhanh hơn là email.

友達が、ちらりと私の方を見た。
My friend shot a glance at me.
朋友一晃地向我这边瞅了一下。
Bạn nhìn thoáng qua tôi.

本来、資料作成は部下の仕事だ。
Creating data is supposed to be the work of junior team members.
本来制作资料是部下的工作。
Về bản chất, việc tạo tài liệu là công việc của cấp dưới.

ついでに、報告書も作成した。
I made a report while I was at it.
顺便也制作了报告书。
Tiện thể tôi đã tạo cả bản báo cáo.

この公園は、元々個人の庭だった。
This park was originally a private garden.
这个公园原本是个人的庭园。
Công viên này vốn dĩ là vườn của cá nhân nào đó.

☐ ひんやり ☐ しっとり

CHECK TEST 5

1 （　　）に入れるのに最もよいものを、1・2・3・4から一つ選びなさい。

❶ 彼女は体が弱いのか、（　　）風邪をひいている。
　1. 次第に　　2. しょっちゅう　　3. ほぼ　　4. 最も
　　1098　　　　1051　　　　　　　1045　　　1043

❷ A:「部長は？」　B:「部長は（　　）帰りましたよ」
　1. かつて　　2. 早速　　3. どうやら　　4. とっくに
　　1038　　　　1025　　　1059　　　　　　1035

❸ （　　）言われたことだけすれば、いいというわけではない。
　1. せめて　　2. 単に　　3. ひとまず　　4. 要するに
　　1079　　　　1074　　　1033　　　　　　1080

❹ チャイムが鳴った途端、（　　）学生が教室から出てきた。
　1. 次第に　　2. さっさと　　3. いったん　　4. 一斉に
　　1098　　　　1027　　　　　1037　　　　　1091

❺ 努力しても、（　　）成功するわけではない。
　1. 必ずしも　　2. 着々と　　3. 直ちに　　4. ひとりでに
　　1099　　　　　1081　　　　1031　　　　1097

❻ 興味はなかったが、見てみたら（　　）面白かった。
　1. 案外　　2. 改めて　　3. 大して　　4. むしろ
　　1070　　　1072　　　　1056　　　　1067

❼ 集中して勉強ができるのは、（　　）1時間くらいだと思う。
　1. ざっと　　2. せいぜい　　3. 常に　　4. ほぼ
　　1048　　　　1046　　　　　1049　　　1045

❽ これは（　　）私の仕事ではなくて、部下の仕事なのだけど……。
　1. 必ずしも　　2. 何となく　　3. 本来　　4. 万一
　　1099　　　　　1061　　　　　1102　　　1069

❾ 彼は（　　）勉強していないのに、いつも成績がいい。
　1. 度々　　2. これほど　　3. 大して　　4. ともかく
　　1052　　　1055　　　　　1056　　　　1066

※4桁の数字は、テキストの単語番号です。

⑩ 好きなキャラクターの商品を見ると、(　　　)買ってしまう。

1. いきなり　　2. 至急　　3. 再三　　4. つい
   1032　　　　　1028　　　　1040　　　　1077

⑪ 出発まで時間があったので、駅の周りを(　　　)していた。

1. 生き生き　　2. うろうろ　　3. ぐるぐる　　4. ゆらゆら
   1082　　　　　1086　　　　　　1085　　　　　　1087

⑫ 明日は、今日よりも気温が(　　　)高くなるでしょう。

1. いったん　　2. からっと　　3. どっと　　4. やや
   1037　　　　　1094　　　　　　1092　　　　　1047

⑬ (　　　)外を見たら、雪が降っていた。

1. 今更　　2. ざっと　　3. ふと　　4. わざわざ
   1039　　　1048　　　　1075　　　1063

⑭ 外は暑いが、日陰に入ると(　　　)する。

1. からっと　　2. しっとり　　3. ちらりと　　4. ひんやり
   1094　　　　　1096　　　　　　1101　　　　　　1095

⑮ バスではなくタクシーに乗ったのに、(　　　)遅くなってしまった。

1. 案の定　　2. かえって　　3. 果たして　　4. まさか
   1058　　　　1064　　　　　　1068　　　　　　1060

⑯ (　　　)自分が賞を取れるとは思わなかった。

1. あいにく　　2. おそらく　　3. まさか　　4. ようやく
   1076　　　　　1057　　　　　　1060　　　　　1034

⑰ (　　　)来なくても、電話で知らせてくれればよかったのに……。

1. いきなり　　2. ひとまず　　3. とっくに　　4. わざわざ
   1032　　　　　1033　　　　　　1035　　　　　　1063

⑱ 今は公園だが、ここには(　　　)市役所があった。

1. かつて　　2. どうやら　　3. 何しろ　　4. 本来
   1038　　　　1059　　　　　　1062　　　　1102

CHECK TEST 5

2 ＿＿＿の言葉に意味が最も近いものを、1・2・3・4から一つ選びなさい。

❶ <u>再三</u>、連絡してほしいとメールしたのに、返事がない。
1040

　1. 何回も　　2. 何回か　　3. たまに　　4. たまたま

❷ 犯人は、<u>おそらく</u>、ここから部屋に入ったのだろう。
　　　　　　1057

　1. あいにく　2. まさか　　3. たぶん　　4. もともと

❸ 皆の協力で、売り上げ目標は<u>ほぼ</u>達成することができた。
　　　　　　　　　　　　　　1045

　1. いったん　2. 少しは　　3. 非常に　　4. だいたい

❹ 少子化が進み、<u>徐々に</u>人口が少なくなってきている。
　　　　　　　　1036

　1. 続々と　　2. だんだん　3. 次々と　　4. まあまあ

312 ▶ 313

ANSWER

1

❶ 2. しょっちゅう
❷ 4. とっくに
❸ 2. 単に
❹ 4. 一斉に
❺ 1. 必ずしも
❻ 1. 案外
❼ 2. せいぜい
❽ 3. 本来
❾ 3. 大して
❿ 4. つい
⓫ 2. うろうろ
⓬ 4. やや
⓭ 3. ふと
⓮ 4. ひんやり
⓯ 2. かえって
⓰ 3. まさか
⓱ 4. わざわざ
⓲ 1. かつて

2

❶ 1. 何回も
❷ 3. たぶん
❸ 4. だいたい
❹ 2. だんだん

6 その他
Others／其他／Khác

1105-1112
つなぐ言葉
Connecting words
连接词
Những từ nối

1113-1120
その他（代名詞、連体詞）
Other (pronouns and pre-noun adjectivals)
其他（代名词、连体词）
Khác (Đại từ, liên từ)

Day 70 つなぐ言葉

□1105 **さらに**	接 more ／更／ Hơn ≒ もっと
□1106 しかも	接 and ／而且／ Hơn nữa
□1107 あるいは	接 or ／或／ Hoặc
□1108 **一方**(で)	接 however ／另一方面／ Mặt khác
□1109 すなわち	接 namely ／即／ Tức là ≒ つまり
□1110 なお	接 and, by the way ／此外／ Tuy nhiên
□1111 だが	接 even so ／可是／ Nhưng ≒ しかし
□1112 ただし	接 but, however ／但是／ Tuy nhiên

Quick Review □ひとりでに □次第に □必ずしも □じかに □ちらり(と) □本来

Connecting words / 连接词 / Những từ nối

day70

1 名詞　2 する名詞　3 動詞　4 形容詞　5 副詞　6 その他

パソコンがさらに軽くなって、持ち運びやすくなった。
PCs have become more lightweight and easy to carry.
电脑变得更轻，便于携带了。
Máy tính trở nên nhẹ hơn và dễ mang theo hơn.

安くて、しかもおいしいので、いつもお客さんがいっぱいだ。
It's always full of customers, who come for the cheap and delicious food.
便宜，而且美味，总是有很多顾客。
Rẻ, hơn nữa lại ngon nên lúc nào cũng rất đông khách.

お電話か、あるいはメールで、お問い合わせください。
Please contact us by either phone or e-mail.
请通过电话或邮件咨询。
Hãy hỏi qua điện thoại hoặc email.

生活は豊かになった。一方で、自然は少なくなった。
Life became prosperous. However, the natural environment was diminished.
生活富裕了，另一方面，自然减少了。
Cuộc sống đã trở nên phong phú hơn. Mặt khác, thiên nhiên bị mất dần đi.

日本では9月に老人を敬う日、すなわち敬老の日がある。
In Japan, there is a day in September for honoring the elderly, namely Respect for the Aged day.
日本在9月有敬老的日子，即敬老日。
Ở Nhật Bản, trong tháng Chín có ngày thể hiện sự tôn kính với người cao tuổi, tức là ngày kính lão.

水曜日にミーティングを行います。なお、時間は後からお知らせします。
We will hold the meeting on Wednesday and inform you of the meeting time later.
星期三开会。此外，时间之后通知。
Chúng tôi sẽ tổ chức họp vào thứ Tư. Tuy nhiên, thời gian chúng tôi sẽ thông báo sau.

何度も確認した。だが、それでもミスが見つかる。
I checked it several times. Even so, mistakes were found.
确认了很多次，可是，还是会找到错误。
Tôi đã các kiểm tra rất nhiều lần. Nhưng, mặc dù vậy tôi vẫn tìm thấy lỗi.

ダウンロードは無料です。ただし、通信料がかかります。
There is no cost to download but communication charges may apply.
下载免费，但是，会收取通信费。
Tải miễn phí. Tuy nhiên, sẽ mất phí truy cập.

☐ ついでに　　☐ 元々

その他（代名詞、連体詞）

□1113 私 (わたくし) — 代 I (very formal)／我／Tôi

□1114 われわれ (われわれ) — 代 our (very formal)／我们／Chúng tôi

□1115 お前 (おまえ) — 代 you (very informal)／你／Mày

□1116 いずれ (いずれ) — 代 in any case／哪个／Kể cả

□1117 ★あらゆる (あらゆる) — 連 every／所有／Tất cả

□1118 ★単なる (たんなる) — 連 mere／只不过／Chỉ là
≒ ただの

□1119 ★大した (たいした) — 連 no great (thing)／（没有什么）了不起的／To tát

□1120 いわゆる (いわゆる) — 連 so-called／所谓／Tức là

Quick Review □さらに □しかも □あるいは □一方(で) □すなわち □なお □だが

Other (pronouns and pre-noun adjectivals)
其他（代名词、连体词）
Khác (Đại từ, liên từ)

day70

6 その他

私といたしましては、こちらの案をお勧めします。
Myself, I recommend this proposal.
我个人会推荐这个方案。
Tôi thì khuyên nên theo phương án này.

われわれの立場も、考えてほしい。
We hope you will consider our position.
希望也能考虑一下我们的立场。
Tôi mong bạn cũng suy nghĩ cho lập trường của chúng tôi.

「お前」と言われると、腹が立つ。
It makes me mad when he says "お前 (you)".
被以"お前（你）"称呼，很让人生气。
Hễ bị gọi là "お前 (mày)" thì tôi thấy rất bực mình.

採用不採用いずれの場合でも、ご連絡します。
Whether you're hired or not, we will let you know in any case.
采用不采用，哪个情况都请联系。
Kể cả trong trường hợp trúng tuyển hay không trúng tuyển, chúng tôi cũng sẽ liên lạc.

あらゆる可能性を考える。
Consider every possibility.
考虑所有可能性。
Suy nghĩ về tất cả khả năng.

単なるうわさで、事実ではないかもしれない。
It's a mere rumor; it might not be true.
只不过是传言，可能不是事实。
Có lẽ chỉ là tin đồn, không phải là sự thật.

大したことをしたわけではない。
What I did was no great thing.
没有做什么了不起的事。
Cũng không hẳn là tôi đã làm một việc to tát gì.

子どもが少なくなる、いわゆる少子化が問題になっている。
This is the so-called declining birth rate problem: fewer children are being born.
小孩在减少，也就是所谓的少子化成了问题。
Trẻ em ít đi, tức là việc giảm tỷ lệ sinh đang trở thành vấn đề.

☐ ただし

CHECK TEST 6

1 （　　）に入れるのに最もよいものを、1・2・3・4から一つ選びなさい。

日本では、生まれる子どもの数が減少する（ ❶ ）少子化が進んでいる。このままでは若者の数が少なく高齢者が多い社会になってしまう。政府はこの問題を解消しようと、さまざまな少子化対策を行っている。（ ❷ ）、あまりうまくいっていないようだ。

❶ 1. あらゆる　　2. いわゆる　　3. 単なる　　4. 要するに

❷ 1. しかも　　2. そして　　3. そのため　　4. だが

私は、大学に進学しようか（ ❸ ）就職しようかと迷っている。父は「（ ❹ ）の好きなようにしたらいいよ」といつも言ってくれる。

❸ 1. あるいは　　2. さらに　　3. すなわち　　4. なお

❹ 1. 私　　2. お前　　3. 当人　　4. われわれ

高橋さんは僕のことが好きなのかもしれない。学校からの帰り道に、いつも高橋さんに会うのは、（ ❺ ）偶然ではないと思う。（ ❻ ）、会うと僕にお菓子やジュースをくれる。僕のために買ったのだろうか。僕は高橋さんにはあまり興味がないので、実は少し困っている。

❺ 1. 単なる　　2. つい　　3. 最も　　4. わざわざ

❻ 1. 一方で　　2. しかも　　3. せめて　　4. ただし

ANSWER

❶ 2. いわゆる　　❸ 1. あるいは　　❺ 1. 単なる
❷ 4. だが　　❹ 2. お前　　❻ 2. しかも

索引 Index ／ 索引 ／ Trích dẫn

本書の単語番号です（Word number／单词的编号／Số thứ tự từ）

あ	あいにく	あいにく	1076		いきぐるしい	息苦しい	0960		いんよう	引用(する)	0554
	あいまい	曖昧(な)	0946		いきなり	いきなり	1032		いんりょく	引力	0162
	あかじ	赤字	0347		いくじ	育児	0079	う	うかる	受かる	0735
	あきらか	明らか(な)	0981		いけばな	生け花	0143		うけいれる	受け入れる	0751
	あきれる	あきれる	0817		いご	以後	0457		うしなう	失う	0847
	あける	明ける	0865		いこい	憩い	0111		うすぐらい	薄暗い	0975
	あこがれる	憧れる	0818		いこう	以降	0476		うったえる	訴える	0809
	あざやか	鮮やか(な)	0989		いさましい	勇ましい	0924		うつむく	うつむく	0680
	あせる	焦る	0822		いじ	維持(する)	0641		うつわ	器	0050
	あたえる	与える	0785		いしょう	衣装	0152		うなる	うなる	0660
	あっか	悪化(する)	0618		いじょう	異常(な)	1000		うばう	奪う	0806
	あつかう	扱う	0772		いじわる	意地悪(な)	0930		うみだす	生み出す	0768
	あっぷ	アップ(する)	0628		いずれ	いずれ	1116		うむ	有無	0435
	あてはまる	当てはまる	0886		いだい	偉大(な)	0985		うやまう	敬う	0786
	あと	跡	0235		いためる	痛める	0725		うらがえす	裏返す	0684
	あばれる	暴れる	0723		いたる	至る	0784		うらぎる	裏切る	0800
	あふれる	あふれる	0869		いちじ	一時	0464		うらむ	恨む	0823
	あまやかす	甘やかす	0791		いちじるしい	著しい	0962		うらやましい	うらやましい	0937
	あやしい	怪しい	0929		いちだんと	一段と	1093		うりあげ	売り上げ	0348
	あやまる	誤る	0721		いちめん	一面	0462		うりて	売り手	0352
	あらい	荒い	0970		いちょう	胃腸	0085		うろうろ	うろうろ	1086
	あらそう	争う	0798		いちりゅう	一流	0144		うわまわる	上回る	0870
	あらた	新た(な)	0953		いっきに	一気に	1090		うんめい	運命	0028
	あらためて	改めて	1072		いっしゅ	一種	0448	え	えいきゅう	永久	0201
	あらためる	改める	0713		いっしゅん	一瞬	0463		えがく	描く	0743
	あらゆる	あらゆる	1117		いっせいに	一斉に	1091		えちけっと	エチケット	0036
	ありのまま	ありのまま	0468		いっそう	いっそう	1041		えりあ	エリア	0384
	あるいは	あるいは	1107		いったん	いったん	1037		えんぎ	演技(する)	0564
	あわ	泡	0049		いっち	一致(する)	0647		えんげい	園芸	0142
	あわただしい	慌ただしい	0961		いってい	一定(する)	0619		えんじょ	援助(する)	0505
	あんい	安易(な)	1014		いっぽう	一方(で)	1108		えんだか	円高	0341
	あんがい	案外	1070		いてん	移転(する)	0639	お	おいかける	追い掛ける	0814
	あんてい	安定(する)	0617		いど	緯度	0177		おいこす	追い越す	0815
	あんのじょう	案の定	1058		いばる	威張る	0808		おいつく	追い付く	0816
い	いいかえる	言い換える	0833		いまさら	今更	1039		おう	負う	0718
	いいだす	言い出す	0834		いやらしい	いやらしい	0932		おう	追う	0762
	いいわけ	言い訳(する)	0508		いよく	意欲	0103		おうじる	応じる	0796
	いいん	委員	0307		いらい	以来	0473		おうたい	応対(する)	0515
	いかす	生かす	0714		いらい	依頼(する)	0500		おえる	終える	0760
	いぎ	意義	0257		いりょう	医療	0089		おおいに	大いに	1042
	いきいき	生き生き(と)	1082		いわば	いわば	1073		おおう	覆う	0750
	いきおい	勢い	0427		いわゆる	いわゆる	1120		おおはば	大幅(な)	1009
	いきがい	生きがい	0100		いんたい	引退(する)	0573		おおまか	大まか(な)	1013

索引 Index／索引／Trích dẫn

おか	丘	0178
おぎなう	補う	0715
おく	奥	0393
おくびょう	臆病(な)	0928
おさえる	抑える	0717
おさめる	収める	0766
おさめる	納める	0848
おしい	惜しい	0938
おしまい	おしまい	0202
おせん	汚染(する)	0596
おそらく	おそらく	1057
おそれ	恐れ	0110
おそれる	恐れる	0820
おだやか	穏やか(な)	0951
おちこむ	落ち込む	0824
おどかす	脅かす	0802
おとずれる	訪れる	0777
おとろえる	衰える	0876
おのおの	各々	0472
おまえ	お前	1115
おもい	思い	0106
おもいがけない	思いがけない	0959
おもいきる	思い切る	0821
おもいこむ	思い込む	0825
おもいつく	思い付く	0826
おもいやり	思いやり	0108
おもくるしい	重苦しい	0968
おもみ	重み	0423
おり	折	0474
おりじなりてぃー	オリジナリティー	0291
おんじん	恩人	0018
おんだん	温暖(な)	0990
おんち	音痴	0156
か がい	害	0069
かいが	絵画	0141
かいかい	開会(する)	0637
がいかい	外界	0405
がいけん	外見	0442
かいご	介護(する)	0490
かいごう	会合	0313
がいこう	外交	0334
かいさい	開催(する)	0597

かいさん	解散(する)	0608
かいしゃく	解釈(する)	0567
かいしょう	解消(する)	0632
かいせい	改正(する)	0624
かいぞう	改造(する)	0585
かいだん	会談(する)	0481
かいとう	回答(する)	0483
かいはつ	開発(する)	0577
がいぶ	外部	0397
かいほう	解放(する)	0513
かいめん	海面	0179
かいりょう	改良(する)	0578
かえって	かえって	1064
かおく	家屋	0217
かかえる	抱える	0665
かがく	化学	0243
かかす	欠かす	0761
かきまわす	かき回す	0741
かぎり	限り	0475
かぎりない	限りない	0969
がく	額	0346
かくご	覚悟(する)	0546
かくじ	各自	0471
かくち	各地	0180
がくりょく	学力	0244
かけつ	可決(する)	0603
かける	駆ける	0672
かける	賭ける	0841
かける	欠ける	0877
かげん	加減(する)	0636
かこう	加工(する)	0579
かこう	下降(する)	0627
がさがさ	がさがさ	1088
かじょう	過剰(な)	1010
かじる	かじる	0657
かずかず	数々	0418
かせぐ	稼ぐ	0842
かたがた	方々	0019
かたまる	固まる	0878
かたむく	傾く	0850
かたよる	偏る	0851
かだん	花壇	0228
かちかん	価値観	0259
かっき	活気	0452

かつぐ	担ぐ	0666
かっこう	格好	0060
かつて	かつて	1038
かって	勝手(な)	0997
かっぱつ	活発(な)	0925
かつよう	活用(する)	0525
かてい	過程	0199
かてい	仮定(する)	0555
かならずしも	必ずしも	1099
かねる	兼ねる	0879
かぶ	株	0360
かもく	科目	0242
から	殻	0046
がら	柄	0057
からかう	からかう	0801
からっと	からっと	1094
かれる	枯れる	0858
かん	勘	0113
かんがえこむ	考え込む	0827
かんかく	間隔	0394
かんけつ	完結(する)	0621
がんこ	頑固(な)	0917
かんじ	感じ	0107
かんしょう	鑑賞(する)	0568
かんじょう	勘定(する)	0613
かんせつてき	間接的(な)	1021
かんそく	観測(する)	0595
かんりょう	完了(する)	0622
き きあつ	気圧	0164
きーぷ	キープ(する)	0642
ぎいん	議員	0328
きがる	気軽(な)	0945
きかん	機関	0324
ききかえす	聞き返す	0795
きく	利く	0856
きげん	機嫌	0116
きげん	紀元	0193
きこう	気候	0181
きざ	きざ(な)	0933
きざむ	刻む	0681
きじ	生地	0055
ぎしき	儀式	0131
きすう	奇数	0410
きずつける	傷つける	0799

きせい	規制(する)	0607
きたい	気体	0166
ぎだい	議題	0314
きっかけ	きっかけ	0195
きふ	寄付(する)	0604
きぼ	規模	0430
きゃっかんてき	客観的(な)	1019
きゃらくたー	キャラクター	0032
きゃりあ	キャリア	0278
きゃんばす	キャンパス	0241
きゅうげき	急激(な)	1011
きゅうしょく	給食	0248
きゅうそく	休息(する)	0530
きょうかん	共感(する)	0503
きょうぎ	競技(する)	0561
ぎょうぎ	行儀	0034
きょうきゅう	供給(する)	0610
ぎょうじ	行事	0130
ぎょうしゃ	業者	0349
ぎょうてん	仰天(する)	0548
きょうふ	恐怖(する)	0549
きらく	気楽(な)	0947
ぎろん	議論(する)	0482
きんだい	近代	0197
きんむ	勤務(する)	0569
く くいき	区域	0383
くうかん	空間	0395
ぐうすう	偶数	0409
くーる	クール(な)	0923
くぎる	区切る	0712
ぐぐる	ぐぐる	0670
くさり	鎖	0053
くじょう	苦情	0364
くしん	苦心(する)	0550
くずす	崩す	0697
ぐたいてき	具体的(な)	1017
くだく	砕く	0685
くちだし	口出し(する)	0495
くちょう	口調	0121
くどい	くどい	0967
くみあわせる	組み合わせる	0701
くみたてる	組み立てる	0745
くやむ	悔やむ	0828
くるう	狂う	0880
ぐるぐる	ぐるぐる	1085
くわえる	くわえる	0658
ぐんたい	軍隊	0333
け けいき	契機	0196
けいこ	稽古(する)	0563
けいしき	形式	0439
けいべつ	軽蔑(する)	0510
けいゆ	経由(する)	0531
けーす	ケース	0051
げき	劇	0145
げすい	下水	0229
けずる	削る	0698
けた	桁	0417
けっかん	欠陥	0376
けっさく	傑作	0153
けってん	欠点	0432
けはい	気配	0063
けわしい	険しい	0971
けんお	嫌悪(する)	0551
げんかい	限界	0429
けんきょ	謙虚(な)	0920
げんこう	原稿	0253
げんし	原始	0198
げんしてき	原始的(な)	1024
げんしょう	現象	0161
げんじょう	現状	0454
げんしりょく	原子力	0302
けんそん	謙遜(する)	0516
げんど	限度	0424
けんとう	見当	0455
げんどう	言動	0066
げんば	現場	0406
けんり	権利	0369
こ こうえん	講演(する)	0553
こうかい	公開(する)	0514
ごうか	豪華(な)	0978
こうきょう	公共	0330
こうけい	光景	0380
こうけん	貢献(する)	0605
こうこう	孝行(する)	0493
こうさ	交差(する)	0644
こうさく	工作(する)	0534
こうしき	公式	0272
こうしん	更新(する)	0623
こうせい	構成(する)	0649
こうそう	高層	0381
こうぞう	構造	0284
こうてい	肯定(する)	0487
こうひょう	公表(する)	0602
こうぶつ	鉱物	0168
こうへい	公平(な)	0993
こうほ	候補	0329
こうもく	項目	0075
こうよう	効用	0299
こうりょ	考慮(する)	0556
こうろん	口論(する)	0488
こくりつ	国立	0308
こげる	焦げる	0881
こころあたり	心当たり	0112
こしかける	腰掛ける	0675
こする	こする	0708
こせい	個性	0033
こたい	固体	0441
こつ	こつ	0275
こっか	国家	0321
こっかい	国会	0322
こっきょう	国境	0182
こてん	古典	0154
ことなる	異なる	0882
ことばづかい	言葉遣い	0122
ことわざ	ことわざ	0128
こめる	込める	0716
ごらく	娯楽	0133
これほど	これほど	1055
ころがる	転がる	0883
ごろごろ	ごろごろ	1084
こんくーる	コンクール	0155
こんとろーる	コントロール(する)	0544
こんぷれっくす	コンプレックス	0115
さ さ	差	0426
さい	際	0479
さいがい	災害	0361
さいさん	再三	1040
さいそく	催促(する)	0506
さいちゅう	最中	0200

索引 Index／索引／Trích dẫn

さいよう	採用（する）	0570
さいわい	幸い	1071
さかい	境	0378
さかさ	逆さ	0449
さからう	逆らう	0805
さきほど	先ほど	0458
さく	裂く	0694
さくじょ	削除（する）	0589
さくせい	作成（する）	0587
さくもつ	作物	0173
ささやく	ささやく	0835
ささる	刺さる	0862
さつ	札	0344
ざつ	雑（な）	1005
ざつおん	雑音	0065
さっさと	さっさと	1027
さっそく	早速	1025
ざっと	ざっと	1048
さほう	作法	0035
さぽーと	サポート（する）	0489
さまたげる	妨げる	0727
さらに	さらに	1105
さわやか	爽やか（な）	0954
さんち	産地	0183
さんぷる	サンプル	0061
し	死	0093
しあげ	仕上げ	0203
しあげる	仕上げる	0747
じいん	寺院	0220
しえん	支援（する）	0497
しかい	視界	0379
じかに	じかに	1100
しかも	しかも	1106
しき	式	0309
じきに	直に	1026
しきゅう	支給（する）	0611
しきゅう	至急	1028
しげる	茂る	0857
しじ	支持（する）	0486
じじつ	事実	0467
ししゃごにゅう	四捨五入（する）	0614
ししゅつ	支出（する）	0612
ししょう	支障	0068
じしん	自身	0470
しすてむ	システム	0285
しずむ	沈む	0868
しせい	姿勢	0443
しせつ	施設	0221
じぜん	事前	0204
しそう	思想	0260
しそん	子孫	0004
じたい	自体	0431
じたい	事態	0453
しだいに	次第に	1098
したしみ	親しみ	0444
じつえん	実演（する）	0600
じっし	実施（する）	0537
しつど	湿度	0167
しっとり	しっとり	1096
しっぴつ	執筆（する）	0565
じつぶつ	実物	0062
しな	品	0293
しばる	縛る	0693
しびれる	しびれる	0884
しぶとい	しぶとい	0974
しへい	紙幣	0343
しぼむ	しぼむ	0863
しぼる	絞る	0688
しほん	資本	0337
しめる	湿る	0854
じゃーなりすと	ジャーナリスト	0371
しゃがむ	しゃがむ	0676
しゃこうてき	社交的（な）	0913
しゅうかく	収穫（する）	0593
じゅうじつ	充実（する）	0650
しゅうしゅう	収集（する）	0521
じゅうじゅん	従順（な）	0927
しゅうてん	終点	0236
しゅうにん	就任（する）	0572
しゅうへん	周辺	0382
じゅうりょく	重力	0163
しゅかんてき	主観的（な）	1020
しゅぎ	主義	0258
しゅぎょう	修業（する）	0576
しゅしょう	首相	0325
しゅしょく	主食	0041
しゅっしょうりつ	出生率	0373
しゅっせ	出世（する）	0574
じゅみょう	寿命	0094
しゅやく	主役	0147
しゅよう	主要（な）	0994
じゅよう	需要	0338
じゅんじょ	順序	0400
しょう	賞	0310
しょうぎ	将棋	0136
じょうき	蒸気	0047
じょうきゃく	乗客	0237
じょうけい	情景	0222
しょうしか	少子化	0372
じょうじゅん	上旬	0206
じょうしょう	上昇（する）	0626
しょうじる	生じる	0864
しょうてん	焦点	0267
しょうとつ	衝突（する）	0538
しょうにん	承認（する）	0485
じょうねつ	情熱	0102
しょうはい	勝敗	0027
じょうりゅう	上流	0184
しょくいん	職員	0315
しょくにん	職人	0273
しょくもつ	食物	0042
しょくよく	食欲	0086
じょじょに	徐々に	1036
しょっちゅう	しょっちゅう	1051
しょぶん	処分（する）	0523
しょもつ	書物	0249
しょゆう	所有（する）	0609
しょようじかん	所要時間	0208
しる	汁	0043
しん	芯	0044
しんがた	新型	0295
しんけい	神経	0088
しんけいしつ	神経質（な）	0931
じんけん	人権	0370
しんこう	信仰（する）	0547
じんこう	人工	0287
しんこく	深刻（な）	0948
じんじ	人事	0317

	じんしゅ	人種	0001
	しんしゅく	伸縮(する)	0631
	しんじん	新人	0316
	しんせい	申請(する)	0586
	じんせいかん	人生観	0099
	しんせき	親戚	0008
	しんたい	身体	0081
	しんちょう	慎重(な)	0949
	しんにゅう	侵入(する)	0634
	しんらい	信頼(する)	0498
	しんり	心理	0097
す	すいじゅん	水準	0296
	すいせん	推薦(する)	0499
	すいそく	推測(する)	0557
	すいてき	水滴	0048
	すいへい	水平	0450
	ずうずうしい	ずうずうしい	0934
	すうち	数値	0413
	すえ	末	0477
	すきま	隙間	0396
	すくう	救う	0788
	すぐれる	優れる	0855
	すじ	筋	0045
	すすぐ	すすぐ	0740
	すすめる	勧める	0793
	すでに	既に	1029
	すなわち	すなわち	1109
	ずのう	頭脳	0261
	すます	済ます	0720
	すむ	澄む	0852
	する	刷る	0748
	すれる	すれる	0887
	すんぜん	寸前	0205
せ	せい	性	0026
	せいい	誠意	0117
	ぜいかん	税関	0224
	せいさく	製作(する)	0580
	せいじつ	誠実(な)	0914
	せいぜい	せいぜい	1046
	せいそく	生息(する)	0655
	せいたい	生態	0170
	ぜいたく	贅沢(する)	0651
	せいど	制度	0331
	せいとう	政党	0323
	せいねん	成年	0011
	せいのう	性能	0297
	せいぶん	成分	0298
	せいれき	西暦	0194
	せおう	背負う	0667
	せだい	世代	0005
	せつ	説	0264
	せっきょう	説教(する)	0494
	せっする	接する	0888
	せっち	設置(する)	0598
	せってい	設定(する)	0588
	せばめる	狭める	0709
	せまる	迫る	0890
	せめて	せめて	1079
	せめる	責める	0803
	せん	栓	0052
	ぜんしゃ	前者	0269
	せんじょう	戦場	0366
	せんす	センス	0114
	せんたくし	選択肢	0246
	せんたん	先端	0385
	せんとう	先頭	0390
	せんねん	専念(する)	0539
	ぜんぱん	全般	0433
	ぜんりょく	全力	0425
そ	そう	層	0387
	そう	沿う	0891
	ぞう	像	0160
	ぞうお	憎悪(する)	0552
	そうおん	騒音	0365
	そうがく	総額	0339
	そうご	相互	0021
	そうごう	総合(する)	0652
	そうさく	捜索(する)	0528
	そうぞうしい	騒々しい	0966
	ぞうだい	増大(する)	0625
	そうち	装置	0286
	そうとう	そうとう	1044
	そうほう	双方	0020
	そえる	添える	0710
	そくざに	即座に	1030
	ぞくしゅつ	続出(する)	0633
	ぞくする	属する	0892
	ぞくぞく	続々(と)	1089
	そくてい	測定(する)	0584
	そしつ	素質	0031
	そせん	祖先	0003
	そそっかしい	そそっかしい	0919
	そっくり	そっくり(な)	1003
	そっちょく	率直(な)	0950
	そまつ	そまつ(な)	1006
	そめる	染める	0695
	そらす	そらす	0767
	そんちょう	尊重(する)	0501
た	たいおう	対応(する)	0512
	たいき	大気	0165
	たいけん	体験(する)	0532
	たいざい	滞在(する)	0529
	だいさんしゃ	第三者	0016
	たいし	大使	0326
	たいした	大した	1119
	たいして	大して	1056
	たいじょう	退場(する)	0638
	たいしょうてき	対照的(な)	1022
	だいじん	大臣	0327
	たいせい	体制	0306
	たいせき	体積	0414
	たいせん	対戦(する)	0562
	たいはん	大半	0420
	たいら	平ら(な)	0991
	だが	だが	1111
	たがやす	耕す	0739
	だきしめる	抱き締める	0668
	たくわえる	蓄える	0843
	たすう	多数	0419
	たすかる	助かる	0829
	ただし	ただし	1112
	ただちに	直ちに	1031
	たたむ	畳む	0691
	たちむかう	立ち向かう	0730
	たっする	達する	0893
	たっせい	達成(する)	0629
	だとう	妥当(な)	0982
	たとえ	たとえ	1065
	たとえる	例える	0840
	たに	谷	0185
	たびたび	度々	1052
	だます	だます	0797

索引 Index／索引／Trích dẫn

	ためいき	ため息	0119
	たより	便り	0040
	たんい	単位	0412
	だんかい	段階	0389
	たんき	短気(な)	0915
	たんしゅく	短縮(する)	0630
	たんすう	単数	0411
	たんちょう	単調(な)	0998
	たんなる	単なる	1118
	たんに	単に	1074
ち	ちい	地位	0318
	ちかう	誓う	0734
	ちかよる	近寄る	0778
	ちぎる	ちぎる	0689
	ちじん	知人	0007
	ちたい	地帯	0186
	ちぢむ	縮む	0894
	ちのう	知能	0262
	ちゃくじつ	着実(な)	1001
	ちゃくちゃくと	着々と	1081
	ちゅうかん	中間	0377
	ちゅうしょうてき	抽象的(な)	1018
	ちゅうせん	抽選(する)	0541
	ちゅうだん	中断(する)	0653
	ちゅうとはんぱ	中途半端(な)	1002
	ちょう	兆	0340
	ちょうしょ	長所	0436
	ちょうてん	頂点	0391
	ちょしゃ	著者	0250
	ちょぞう	貯蔵(する)	0522
	ちょっかく	直角	0416
	ちらかる	散らかる	0895
	ちらり	ちらり(と)	1101
	ちりょう	治療(する)	0491
	ちる	散る	0860
つ	つい	つい	1077
	ついきゅう	追求(する)	0540
	ついでに	ついでに	1103
	つうか	通貨	0342
	つうじょう	通常	0460
	つうち	通知(する)	0517
	つかいわける	使い分ける	0746

	つかる	漬かる	0896
	つきあたる	突き当たる	0779
	つく	突く	0749
	つく	就く	0765
	つくりだす	作り出す	0752
	つとめる	努める	0732
	つとめる	務める	0733
	つながる	つながる	0889
	つねに	常に	1049
	つぶ	粒	0445
	つぶやく	つぶやく	0836
	つぶれる	つぶれる	0897
	つぼみ	つぼみ	0174
	つむ	積む	0703
	つめる	詰める	0704
	つよみ	強み	0434
て	ていか	定価	0345
	ていしゅ	亭主	0009
	ていせい	訂正(する)	0560
	ていちゃく	定着(する)	0640
	ていねん	定年	0283
	でーた	データ	0359
	てがる	手軽(な)	0955
	でき	出来	0446
	てきかく	的確(な)	1015
	てきする	適する	0898
	てきせつ	適切(な)	0983
	てきよう	適用(する)	0542
	てくにっく	テクニック	0274
	てごろ	手頃(な)	0956
	てすうりょう	手数料	0351
	てつがく	哲学	0263
	てつどう	鉄道	0233
	てばなす	手放す	0771
	てま	手間	0070
	てらす	照らす	0867
	でんか	電化(する)	0581
	てんかい	展開(する)	0620
	でんき	伝記	0157
	てんきん	転勤(する)	0571
	てんけいてき	典型的(な)	1023
	てんじ	展示(する)	0599
	でんせつ	伝説	0158
	でんせん	伝染(する)	0654

	でんとう	伝統	0139
	でんぱ	電波	0300
	てんぷ	添付(する)	0591
	てんぽ	テンポ	0209
	でんりゅう	電流	0301
と	とい	問い	0270
	といあわせる	問い合わせる	0811
	とう	塔	0225
	とう	問う	0810
	とうあん	答案	0245
	どうい	同意(する)	0484
	どういつ	同一	0437
	どうきょ	同居(する)	0492
	とうけい	統計(する)	0615
	どうじょう	同情(する)	0504
	とうせん	当選(する)	0601
	とうなん	盗難	0374
	とうにん	当人	0017
	どうやら	どうやら	1059
	どうよう	童謡	0078
	とおりかかる	通り掛かる	0780
	とおりすぎる	通り過ぎる	0781
	とがる	とがる	0849
	とく	得	0358
	とく	解く	0774
	どく	毒	0091
	どくしゃ	読者	0252
	とくしゅ	特殊(な)	1007
	とくしょく	特色	0440
	とくせい	特性	0292
	とける	解ける	0899
	とける	溶ける	0900
	どける	どける	0700
	ところどころ	所々	0465
	とたん	途端	0480
	とっくに	とっくに	1035
	どっと	どっと	1092
	とどうふけん	都道府県	0187
	ととのえる	整える	0773
	どなる	怒鳴る	0837
	とびこむ	飛び込む	0677
	とびら	扉	0226
	とむ	富む	0846
	ともかく	ともかく	1066

	ともなう	伴う	0901
	とらえる	捕らえる	0763
	とらぶる	トラブル	0363
	とりいれる	取り入れる	0770
な	なお	なお	1110
	なかば	半ば	0207
	ながびく	長引く	0902
	なぐさめる	慰める	0789
	なぐる	殴る	0669
	なさけない	情けない	0939
	なぞる	なぞる	0742
	なだらか	なだらか(な)	0992
	なつかしい	懐かしい	0940
	なでる	なでる	0661
	なにしろ	何しろ	1062
	なまける	怠ける	0830
	ならう	倣う	0787
	なんとなく	何となく	1061
に	におう	臭う	0861
	にがす	逃がす	0726
	にぎりしめる	握り締める	0664
	にくたらしい	憎たらしい	0941
	にくむ	憎む	0819
	にごる	濁る	0853
	にっか	日課	0080
	にっこう	日光	0175
	にぶい	鈍い	0918
	にゅうじ	乳児	0014
	にらむ	にらむ	0804
	にんたい	忍耐	0118
ぬ	ぬう	縫う	0696
	ぬの	布	0054
ね	ねじる	ねじる	0707
	ねったい	熱帯	0188
	ねる	練る	0683
	ねんきん	年金	0354
	ねんじゅう	年中	1050
	ねんだい	年代	0006
	ねんぱい	年輩	0015
	ねんりょう	燃料	0303
の	のう	脳	0087
	のうど	濃度	0304
	のうりつ	能率	0276
	のぞく	のぞく	0753

	のぞく	除く	0764
	のべる	述べる	0838
	のる	載る	0903
は	ば	場	0227
	はいけい	背景	0223
	はいふ	配布(する)	0527
	はう	はう	0673
	はがす	剥がす	0690
	ばくだい	莫大(な)	0977
	ばくだん	爆弾	0367
	はげます	励ます	0792
	はし	端	0388
	はたして	果たして	1068
	はたす	果たす	0731
	はたらき	働き	0279
	はつ	初	0210
	はっき	発揮(する)	0526
	はっくつ	発掘(する)	0594
	はっしゃ	発射(する)	0582
	はっせい	発生(する)	0635
	はねる	跳ねる	0674
	はばひろい	幅広い	0963
	はぶく	省く	0719
	はめる	はめる	0702
	はやす	生やす	0705
	はりきる	張り切る	0831
	はんい	範囲	0392
	はんえい	反映(する)	0646
	はんこう	反抗(する)	0496
	はんのう	反応(する)	0583
	はんめん	反面	0478
ひ	ひいき	ひいき(する)	0509
	ひきうける	引き受ける	0729
	ひきかえす	引き返す	0757
	ひきょう	ひきょう(な)	0952
	ひきわけ	引き分け	0029
	ひく	ひく	0728
	ひげき	悲劇	0146
	ひごろ	日頃	0459
	ひざし	日差し	0176
	びじゅつ	美術	0140
	ひっくりかえす	ひっくり返す	0722
	ひっこむ	引っ込む	0758

	ひっしゃ	筆者	0251
	ひとこと	一言	0124
	ひとごみ	人混み	0230
	ひととおり	一通り	0466
	ひとどおり	人通り	0231
	ひとまえ	人前	0022
	ひとまず	ひとまず	1033
	ひとりごと	独り言	0125
	ひとりでに	ひとりでに	1097
	ひなん	非難(する)	0511
	ひねる	ひねる	0686
	ひびく	響く	0904
	ひひょう	批評(する)	0518
	ひふ	皮膚	0084
	びよう	美容	0096
	ひょうか	評価(する)	0575
	ひょうしき	標識	0238
	ひょうじゅん	標準	0438
	ひょうめん	表面	0386
	ひるさがり	昼下がり	0211
	ひろまる	広まる	0905
	ひんしつ	品質	0294
	ひんと	ヒント	0271
	ひんど	頻度	0212
	ひんやり	ひんやり	1095
ふ	ふぁいる	ファイル(する)	0590
	ぶーむ	ブーム	0311
	ふかい	不快(な)	0944
	ふかまる	深まる	0906
	ふきん	付近	0232
	ふくさよう	副作用	0092
	ふくし	福祉	0332
	ふくめる	含める	0844
	ふくれる	膨れる	0885
	ふける	更ける	0866
	ふさい	夫妻	0010
	ふさぐ	ふさぐ	0706
	ふざける	ふざける	0832
	ふさわしい	ふさわしい	0964
	ぶし	武士	0159
	ぶしょ	部署	0319
	ふせい	不正(な)	0995
	ふせる	伏せる	0687

索引 Index／索引／Trích dẫn

	ぶたい	舞台	0148		ほこり	誇り	0109	むき	向き	0401
	ふたん	負担(する)	0543		ほどく	ほどく	0699	むく	むく	0682
	ぶっしつ	物質	0169		ほにゅうるい	哺乳類	0171	むごん	無言	0123
	ふと	ふと	1075		ほぼ	ほぼ	1045	むじ	無地	0056
	ふどうさん	不動産	0218		ほほえむ	ほほ笑む	0659	むしあつい	蒸し暑い	0973
	ふへい	不平	0067		ほる	掘る	0738	むじゅん	矛盾(する)	0648
	ふもと	麓	0189		ほんき	本気	0104	むしろ	むしろ	1067
	ぷらいばしー	プライバシー	0023		ほんばん	本番	0149	むすう	無数	0421
	ぶらさげる	ぶら下げる	0744		ほんらい	本来	1102	むよう	無用(な)	1016
	ふりむく	振り向く	0678	ま	ま	間	0402	むれ	群れ	0447
	ぷれっしゃー	プレッシャー	0120		まいぺーす	マイペース	0428	め	めいしん	迷信	0127
	ふれっしゅ	フレッシュ(な)	0957		まく	幕	0150	めいじん	名人	0138
					まく	まく	0737	めいぼ	名簿	0312
	ぷろせす	プロセス	0289		まさか	まさか	1060	めーかー	メーカー	0350
	ふんか	噴火(する)	0656		まさつ	摩擦(する)	0536	めかにずむ	メカニズム	0288
	ぶんけん	文献	0254		ます	増す	0871	めぐまれる	恵まれる	0875
	ぶんたん	分担(する)	0519		またがる	またがる	0671	めくる	めくる	0692
	ぶんめい	文明	0129		まっち	マッチ(する)	0645	めぐる	巡る	0782
	ぶんや	分野	0265		まね	まね(する)	0502	めじるし	目印	0058
	ぶんりょう	分量	0422		まねく	招く	0775		めちゃくちゃ	めちゃくちゃ(な)	0999
	ぶんるい	分類(する)	0524		まぶしい	まぶしい	0972		めったに	めったに	1054
へ	へいこう	平行(する)	0643		まほう	魔法	0132		めりっと	メリット	0353
	へいち	平地	0190		まんいち	万一	1069		めん	面	0404
	へいねん	平年	0213	み	み	身	0082	も	もうける	もうける	0845
	へいぼん	平凡(な)	1008		みかけ	見掛け	0059		もくげき	目撃(する)	0533
	へこむ	へこむ	0907		みずから	自ら	0469		もくじ	目次	0256
	へだてる	隔てる	0908		みだし	見出し	0255		もぐる	潜る	0679
	べっそう	別荘	0219		みだれる	乱れる	0909		もだん	モダン(な)	0986
	べてらん	ベテラン	0277		みちる	満ちる	0874		もちこむ	持ち込む	0769
	へんかん	変換(する)	0592		みつめる	見詰める	0754		もっとも	最も	1043
	へんしゅう	編集(する)	0566		みてい	未定	0456		もと	元	0408
	べんしょう	弁償(する)	0507		みなおす	見直す	0755		もとづく	基づく	0910
ほ	ぽいんと	ポイント	0399		みなもと	源	0403		もともと	元々	1104
	ほうげん	方言	0126		みにくい	醜い	0935		ものおと	物音	0064
	ぼうさい	防災	0362		みのる	実る	0859		ものごと	物事	0073
	ほうしん	方針	0280		みまい	見舞い	0095		ものすごい	ものすごい	0965
	ほうそう	包装(する)	0535		みまもる	見守る	0790		ものたりない	物足りない	0942
	ほうふ	豊富(な)	0980		みょう	妙(な)	0958		ものまね	物まね	0137
	ぼうりょく	暴力	0368		みょうごにち	明後日	0214		もむ	もむ	0663
	ほうる	放る	0662		みわける	見分ける	0756		もよおし	催し	0077
	ほがらか	朗らか(な)	0916		みんかん	民間	0335		もらす	漏らす	0724
	ぼきん	募金(する)	0616		みんぞく	民族	0305		もりあがる	盛り上がる	0912
	ほけん	保険	0355	む	むいしき	無意識	0098	や	やく	役	0151
	ほご	保護(する)	0520		むえん	無縁(な)	1004				

聞いて覚える日本語単語帳

キクタン日本語

【日本語能力試験 N2】

書名	キクタン日本語　日本語能力試験 N2
発行日	2016年11月22日（初版） 2025年5月30日（第8刷）
著者	前坊香菜子（特定非営利活動法人日本語教育研究所 研究員他） 本田ゆかり（東京外国語大学大学院国際日本学研究院 特別研究員他） 三好裕子（早稲田大学日本語教育研究センター 准教授）
編集	株式会社アルク日本語編集部
音楽制作・録音・編集	Niwaty
翻訳	株式会社アミット
編集協力	堀田 弓
校正	長田 茂
アートディレクター	細山田光宣
デザイン	相馬敬徳（細山田デザイン事務所）
イラスト	たくわかつし
ナレーション	北村浩子、Yuiko Ishii、由美、PHAM THI LAN ANH、閻薇
録音	スタジオファーブ
CDプレス	株式会社ソニー・ミュージックソリューションズ
DTP	株式会社秀文社
印刷・製本	シナノ印刷株式会社
発行者	天野智之
発行所	株式会社アルク 〒141-0001　東京都品川区北品川6-7-29 ガーデンシティ品川御殿山 Website : https://www.alc.co.jp/

落丁本、乱丁本は弊社にてお取り替えいたしております。
Webお問い合わせフォームにてご連絡ください。
https://www.alc.co.jp/inquiry/
本書の全部または一部の無断転載を禁じます。著作権法上で認められた場合を除いて、本書からのコピーを禁じます。定価はカバーに表示してあります。

製品サポート：https://www.alc.co.jp/usersupport/

©2016 Maebo Kanako / Honda Yukari /Miyoshi Yuko / ALC PRESS INC.
Niwaty / Takuwa Katsushi /
Printed in Japan.　PC：7016071　ISBN：978-4-7574-2856-0

地球人ネットワークを創る
アルクのシンボル「地球人マーク」です。

やくひん	薬品	0090
やくめ	役目	0320
やじるし	矢印	0239
やとう	雇う	0807
やぶれる	敗れる	0736
やや	やや	1047
やりがい	やりがい	0101
ゆ ゆいいつ	唯一	0461
ゆうこう	有効(な)	0996
ゆうしゅう	優秀(な)	0987
ゆくえ	行方	0240
ゆだん	油断(する)	0545
ゆにーく	ユニーク(な)	0988
ゆらゆら	ゆらゆら	1087
ゆるい	緩い	0976
ゆるむ	緩む	0911
よ ようい	容易(な)	0984
ようご	用語	0266
ようじ	幼児	0013
ようするに	要するに	1080
ようせき	容積	0415
ようそ	要素	0074
ようち	幼稚(な)	0922
ようと	用途	0072
ようふう	洋風	0451
ようぶん	養分	0172
ようやく	ようやく	1034
ようりょう	要領	0071
よか	余暇	0134
よくじつ	翌日	0215
よくばり	欲張り(な)	0936
よけい	余計(な)	1012
よこぎる	横切る	0783
よこす	よこす	0776
よこばい	横ばい	0357
よす	よす	0759
よせる	寄せる	0711
よそ	よそ	0407
よそう	予想(する)	0558
よそく	予測(する)	0559
よっきゅう	欲求	0105
よび	予備	0076
よびかける	呼び掛ける	0812

よびだす	呼び出す	0813
よろん	世論	0336
ら らいばる	ライバル	0030
らくてんてき	楽天的(な)	0921
らん	欄	0398
り りーど	リード(する)	0606
りがい	利害	0024
りくち	陸地	0191
りこう	利口(な)	0926
リスク	リスク	0375
りつ	率	0356
りゃくす	略す	0839
りょう	漁	0282
りれき	履歴	0290
りんじ	臨時	0216
る るーつ	ルーツ	0002
れ れい	礼	0037
れいぎ	礼儀	0038
れくりえーしょん	レクリエーション	0135
れっとう	列島	0192
ろ ろくに	ろくに	1053
ろせん	路線	0234
ろまんちっく	ロマンチック(な)	0943
ろんぶん	論文	0247
わ わ	輪	0025
わかもの	若者	0012
わき	脇	0083
わきおこる	沸き起こる	0873
わく	湧く	0872
わくわく	わくわく	1083
わざ	業	0281
わざと	わざと	1078
わざわざ	わざわざ	1063
わずか	わずか(な)	0979
わたくし	私	1113
わびる	わびる	0794
わるくち	悪口	0039
われわれ	われわれ	1114